எல்லாம் மானுடமே

- சுதந்திர ஆன்மாக்களுக்கான புத்தகம் -

நீட்ஷே

ஆங்கிலத்தில்: அலெக்சாண்டர் ஹார்வி

தமிழில்: வானதி

எல்லாம் மானுடமே - சுதந்திர ஆன்மாக்களுக்கான புத்தகம்
நீட்ஷே ©
தமிழில்: வானதி

சுவாசம் பதிப்பகம்

Ellaam Maanudame - Suthanthira Aanmaakkalukkaana Puththagam
by Nietzsche ©
Translated by: Vanathy

ISBN: 978-81-983414-6-4
Title Number: Swasam 244

First edition: Dec 2024

Published by:
Swasam Pathippagam,
An imprint of Swasam Publications Private Limited,
52/2, Near B.S Mahal,
Ponmar,
Chennai, Tamil Nadu – 600127
Email: swasam.publications@gmail.com

Printed by: Adyar Students Xerox, Chennai – 600 002

To buy the book: Swasam Bookart - +91-8148066645
Website: https://www.swasambookart.com/

உள்ளே...

மொழிபெயர்ப்பாளர் உரை

நீட்ஷேவை மிகுந்த தயக்கத்துடன் மொழிபெயர்க்க ஆரம்பித்தேன். நீண்ட தத்துவ விசாரங்கள் கொண்ட பிற புத்தகங்களைவிட, சிறு பத்திகளாக எழுதப்பட்டிருந்த புத்தகம் எளிதாக இருக்கும் என்று எண்ணினேன். அது தவறு என்பதை மொழிபெயர்க்கும்போது புரிந்துகொண்டேன்.

அழிசி பதிப்பகத்தின் ஸ்ரீனிவாச கோபாலன், நீட்ஷேயை பரிந்துரைத்தபோது, என்னால் முடியாது என்று நினைத்ததற்குக் காரணம், மேற்கத்திய தத்துவவியலில் எனக்குச் சரியான பரிச்சயம் இல்லாமல் இருந்ததே. (இன்னமும் இல்லை என்பதே என் கருத்து.) எனவே மொழிபெயர்ப்பிற்கு நியாயம் செய்ய முடியுமா என்ற சந்தேகம் இருந்தது. இருந்தாலும் 'எதுவும் ஒரு முறை' என்று நம்புபவன் ஆதலால், சற்று பரிச்சயப்படுத்திகொண்டு ஆரம்பித்துவிட்டேன்.

மேற்கத்திய தத்துவம் கிரேக்கத்தில் இருந்து ஆரம்பிக்கிறது. சாக்ரடீஸ், அரிஸ்டோபோன்ஸ் போன்ற சிலரை வாசித்திருந்தேன். அதிலிருந்து கிறிஸ்துவ மத குருக்களின் தத்துவங்கள் (குறிப்பாகப் புனித அகஸ்டின் போன்றோர்), தத்துவத்தை ஆன்மிகமாக எடுத்துச் சென்றனர். மேற்குலகின் அறிவொளி மறுமலர்ச்சி (Renaissance) காலத்தில், இது பலரால் முன்னெடுத்துச் செல்லப்பட்டது. ஆங்கில, பிரெஞ்சு, ஜெர்மானியத் தத்துவ ஞானிகள் பல துறைகளாகப் பிரித்து, விரிவாக எடுத்துச் சென்றனர். இந்தக் காலகட்டம் (16-17ம் நூற்றாண்டுகள்) பல பெரும் தத்துவவாதிகளைக் கண்டது. அதன் நீட்சியாகவே 19ம் நூற்றாண்டின் இறுதியில் நீட்ஷே வருகிறார். நீட்ஷேயின் பாரம்பரியம் ஜெர்மானியத் தத்துவ உலகம் மற்றும் மேற்கத்திய தத்துவ உலகத்தின் ஊடே செல்கிறது. இவர்களின் நடுவே நீட்ஷே தத்துவத்தை ஆன்மிகத்தில் இருந்து பிரித்து எடுக்கிறார்.

கிறிஸ்துவத்தை (மற்றும் இதர மதங்களையும்) பலமாகத் தாக்கி, தனது தத்துவத்தை முன் வைக்கிறார்.

> 'If you wish to strive for peace of soul and pleasure, then believe; if you wish to be a devotee of truth, then inquire..'

'Human, All too Human!' என்னும் இந்தப் புத்தகம் 1878ல் எழுதப்படுகிறது. நீட்ஷேயின் ஆரம்பக்கால எழுத்துகளில் இருந்து அவர் பிரிந்து செல்லும் புள்ளியாக இந்த வருடம் இருக்கிறது. அவர் வகித்து வந்த பேராசிரியர் பதவியில் இருந்து அந்த வருடம் விலகுகிறார். அதற்கடுத்த பதினொரு வருடங்கள் தத்துவவியலாளராக இருந்து, தனது கடைசி பதினொரு வருடங்களை மனநிலை பிறழ்ந்தவராகக் கழித்து 1900ல் இறக்கிறார்.

கிரேக்கத் தத்துவத்தில் மிகுந்த ஈடுபாடுடைய நீட்ஷே, இந்தப் புத்தகத்தில் இருந்து அவரது இளவயது நாயகர்களான ஸ்கோபென்ஹவர் (Schopenhauer), வாக்னர் (Wagner) போன்றோரிடமிருந்தும் விலகி வருகிறார். இந்தப் புத்தகத்தை மூன்று அத்தியாயங்களாக உத்தேசமாகப் பிரித்திருக்கிறார் - மீவியற்பியல் (Metaphysics), தார்மீக ஒழுக்கம் (Morality) மற்றும் ஆன்மிகம் (Religion). ஒவ்வொன்றிலும் சிறு பத்திகளில் அவை பற்றிய கருத்தொன்றை உடைக்கிறார் அல்லது புதிதாகக் கூறுகிறார்.

ஜெர்மனில் இருந்து ஆங்கிலத்திற்கு வந்து, அங்கிருந்து தமிழில் மொழிபெயர்ப்பதில் அவரின் மொழிவன்மையும், கருத்துகளும் மாறி இருக்கலாம் என்ற அச்சம் இருந்தாலும், இதைச் செய்வதே தமிழுக்கு நல்லது என்றே எண்ணினேன். 4-5 வரிகளுக்குச் செல்லும் வாக்கியங்கள், active/passive குழப்பங்கள் என்று ஆங்கிலத்திலும் மொழியின் தன்மை சற்று கடுமையாகவே இருக்கிறது. இரண்டு மொழிபெயர்ப்புகளை வைத்துக்கொண்டு சரிபார்க்க வேண்டி இருந்தது.

இறுதியாக, என்னைப் பொறுத்தவரை புத்தகத்தை எவ்வளவு எளிதாகக் கொடுக்க முடியுமோ (மூலத்தின் கருத்து மாறுபடாமல்) அவ்வளவிற்கு முயற்சி செய்துள்ளேன். ஏதும் குற்றம், குறைகள் கண்ணில்பட்டால், எனக்கு தெரிவிக்கவும். திருத்திக்கொள்ள முயல்கிறேன்.

எப்போதும் போலத் துணையாக; மொழி சரி பார்த்த என் மனைவி ஜெயஸ்ரீக்கு அன்பும், நன்றியும்.

முத்து பிரகாஷ்.இர
(வானதி)

முன்னுரை

1

என்னுடைய புத்தகங்களான 'சோகவியலின் பிறப்பு' (Birth of Tragedy) முதல், சமீபத்திய வெளியீடான 'எதிர்காலத் தத்துவத்திற்கான முன்னுரை' (Prelude to a Philosophy of the Future) வரை அனைத்தையும் படித்தவர்கள், என்னுடைய எழுத்தில் வெகு சாதாரணமான, அதே நேரத்தில் அசாதாரணமான ஏதோ ஒன்று இருப்பதாக ஆச்சரியத்துடன் குறிப்பிடுகிறார்கள். அவை அனைத்திலும் குறுகிய பார்வைகொண்ட பறவைகளுக்கான கண்ணிகளும், வலையும் விரிக்கப்பட்டிருப்பதாகவும், வழக்கமான கருத்துகளையும், நடைமுறையிலுள்ள பழக்கங்களையும் தலைகீழாய் திருப்பிவிடக்கூடிய நுட்பமான தூண்டுதல் இருப்பதாகவும் என்னிடம் சொல்லப்படுகிறது: என்ன!? எல்லாம் மானுடமே வெறும் மானுடமே?

நன்னெறியின் மீதான அச்சம் மற்றும் அவநம்பிக்கையுடனும், தீய நெறியை தொடர்பவரிடம் அவரது பாதை வெறுமனே தவறாகக் குறிப்பிடப்படுகிறதா என்ற கேள்வியுடனும் கூடிய ஆச்சரியத்துடனே என்னுடைய எழுத்துகள் எழுதப்படுகின்றது. என் எழுத்துகளை அவநம்பிக்கையும், அலட்சியமும் கொண்டவை என்கிறார்கள். சில நேரம் மிகுந்த தைரியமும், துணிவும் கொண்டவை என்று நல்லவிதமாகவும் கூறுகிறார்கள். உண்மையில், என்னைப்போல இந்த உலகை மிகுந்த அவநம்பிக்கையுடன் நோக்குபவர்கள் யாரும் இல்லை என்றே நான் நம்புகிறேன். அதே நேரத்தில், கடவுளின் எதிரியான சாத்தானுக்கு, நான் பரிந்து பேசுவதும் அல்லாது, அதை இறையின் வார்த்தைகளில் செய்வதாகவும் பார்க்கப்படுகிறது. அத்தகைய ஆழ்ந்த அவநம்பிக்கையைப் புரிந்துகொண்டிருக்கும் எவரும், அத்தகைய ஒரு வேறுபாடான கருத்தைக் கொண்டிருப்பவன் அனுபவிக்கும் தனிமையின்

துயரை அறிந்திருப்பார்கள். அந்தத் துயரில் இருந்து விடுபட, ஏதேனும் ஒரு வகையில் தன்னிலை மறக்க நான் எடுக்கும் முயற்சிகளையும் புரிந்துகொள்வார்கள்.

பகைமையின் வழியிலோ, பெருமதிப்புக்கொண்ட பொருளின் வழியாகவோ, விஞ்ஞானத்தின் மூலமோ, விளையாட்டுத்தனமாகவோ நான் என்னிலை மறக்க முயல்கிறேன். அப்படி எனக்குத் தேவையானதைப் பெறமுடியாத நேரத்தில், நானே அதைக் கற்பனையாகவோ அல்லது வேறு ஒருவரிடமிருந்து திருடியோ, தேடிக் கொள்கிறேன். (கவிஞனோ எழுத்தாளனோ, வேறு என்ன செய்திருக்கிறார்கள்? உலகில் இருக்கும் கலைகள் அனைத்திற்கும் வேறு என்ன குறிக்கோள் இருக்கிறது?) என்னுடைய அருமருந்தாகவும், என்னை நானே தேற்றிக் கொள்வதற்கும் எப்போதும் தேவையாக இருப்பது நம்பிக்கைதான். தனிமையில் சிறைப்படாமல் இருக்கவும், வாழ்க்கையை ஒற்றைப் பார்வையாகப் பார்க்காமல் இருப்பதற்கும், உறவுகளுக்கிடையேயான சமநிலை குறித்து அச்சம் (மனதிலும், கண்களிலும்), நட்பின் மீதான நம்பிக்கை, கேள்வி கேட்காமலும் சந்தேகப்படாமலும் இருக்க இரண்டு புறங்களிலும் ஒரு குருட்டுத்தனம், வண்ணமயமான பொருட்கள், தோல் நிறம் போன்ற வெளியில் தெரியும், மேலோட்டமான, கையால் தொடக்கூடியவற்றின் மூலம் கிடைக்கும் மகிழ்ச்சி போன்றவற்றின் மீதான நம்பிக்கை, இதைப் போன்ற ‘கலைகளை’ நம்புவதற்கு என்னைக் கடிந்துகொள்ளலாம்; பலமுறை இதுபோன்ற போலிகளால் ஏமாந்திருக்கிறேன். உதாரணமாக, தெரிந்தோ, உணர்ந்தோ, ஸ்கோபன்ஹவரின் (Arthur Schopenhauer) நன்னெறி குறித்த குருட்டுத்தனமான நம்பிக்கையை, எனக்கு நன்னெறி குறித்த புரிதல் நன்றாக இருந்த காலத்திலேயே நம்பியிருக்கிறேன்; அதுபோன்றே, ரிச்சர்ட் வாக்னெரின் (Richard Wagner) குணப்படுத்தப்படமுடியாத காதல் ரசத்தை, முடிவாக இல்லாமல், துவக்கமாக எண்ணி என்னை நானே ஏமாற்றிக்கொண்டிருக்கிறேன்; அதுபோலவே கிரேக்கர்கள் குறித்தும், ஜெர்மானியர்கள் மற்றும் அவர்களது எதிர்காலம் குறித்தும் என இந்தப் பட்டியல் நீளமாகச் செல்லும். மேலே சொன்ன அனைத்தும் உண்மை எனில், எனக்குத் தண்டனை தரவேண்டும் என்றால், இத்தகைய சுய ஏமாற்றுதலின் ஊடே எத்தனை காரணமும், சுயமாக என்னைக் காத்துக் கொள்வதும், பாதுகாப்பும் உள்ளடங்கி இருக்கிறது என்பதை எப்படிக் குறிப்பிடுவது?

எனது உண்மையின் ஆடம்பரம் குறித்து எனக்கு நானே உறுதிப்படுத்திக்கொள்ள, எவ்வளவு பொய் இன்னமும் எனக்குத் தேவையாக இருக்கிறது. இருக்கட்டும், இன்னமும் வாழ்ந்து கொண்டுதான் இருக்கிறேன்; நன்னெறியில் இருந்து வாழ்வை இப்போது பிரித்துப் பார்ப்பதில்லை; ஏமாற்றுதல் இருக்கத்தான் செய்யும்; ஏமாற்றுதலின் மூலமே வாழ்கிறேன். ஆனால் நான், அதே பழைய ஒழுக்கமற்ற, பறவை பிடிப்பவன், திரும்பவும் முதலில் இருந்து, முன்பு போலவே ஒழுக்கமற்றும், தீவிர ஒழுக்கத்தோடும், 'நன்மைக்கும், தீமைக்கும் அப்பால்' இருந்து பேச ஆரம்பிக்கவில்லையா?

2

'எல்லாம் மானுடமே!' என்னும் ஊக்கமும், ஊக்கமில்லாமலும் இருக்கும் இந்தப் புத்தகத்தை அர்ப்பணம் செய்திருக்கும் 'சுதந்திர ஆன்மா'க்களுக்காக, என்னை நான் இப்படி மாற்றிக்கொண்டேன். அப்படிப்பட்ட 'சுதந்திர ஆன்மாக்கள்' உண்மையில் இருப்பதில்லை. எப்போதும் இருந்ததும் இல்லை. என்னுடைய பல தீமைகளின் (நோய், தனிமை, விசித்திரத்தன்மை, அக்கறையின்மை, செயல்பட முடியாமை) ஊடே சில நன்மைகளும் இருக்கவேண்டும் என்பதாலேயே, நான் முன்பே கூறியதுபோல, இவை எனக்குத் தேவைப்படுகின்றன. இவையே எனக்குப் பேசி, சிரிக்க வேண்டி இருக்கும்போது பேசி, சிரிக்கவும், உற்சாகமான தோழர்களாக இருக்கவும், அவை அலுப்பூட்டுபவையாக ஆகும்போது சாத்தானிடம் அனுப்பி விடவும் தேவைப்படுகின்றன. நண்பர்கள் இல்லாமல் இருப்பதற்கு இவை ஒரு விதத்தில் ஈடு செய்கின்றன. இத்தகைய சுதந்திர ஆன்மாக்கள் இருக்கலாம் என்பதும், ஐரோப்பாவின் நாளைய அல்லது நாளை மறுநாள் மகன்களாக அவர்கள் இருக்கலாம் என்பதிலும், அவர்கள் என்னுடைய கற்பனை நிழல்களைப் போல் இல்லாது அறிவும், உற்சாகமும், உயிரும் கொண்டவர்களாக இருப்பார்கள் என்பதிலும் எனக்கு எந்தச் சந்தேகமும் இல்லை, அவர்கள் மெதுமெதுவாக வருவதை நான் பார்க்கிறேன். அவர்கள் எந்த வழியில் வருகிறார்கள் என்றும், என்ன மாதிரியான நேரங்களில் அவர்கள் உருவாகிறார்கள் என்றும் விவரிப்பதன் மூலம், அவர்கள் வருகையை விரைவுபடுத்துவதற்கு நான் சிறிதேனும் உதவுகிறேன் அல்லவா?

3

'சுதந்திர ஆன்மா' முழுமையும், முதிர்ச்சியும் அடையக்கூடிய ஆன்மாவின் விடுதலை அல்லது விடுவித்தல் என்பது ஒரு தீர்க்கமான, முடிவான நிகழ்வின் மூலமே நடைபெற முடியும் என்று ஊகிக்கலாம். அந்த நிகழ்விற்குமுன், ஆன்மா அதன் இடத்தில், தூணில் மிகவும் உறுதியாகக் கட்டப்பட்டது போன்று இருக்கும். எதன்மூலம் இந்தப் பிணைப்பு உறுதியாக இருக்கிறது? பிரிக்க முடியாத கயிறுகள் எவை?

உயர்ந்த தருணமுடைய மனிதர்களுக்கு இது கடமையாக இருக்கும். இளைஞர்களிடையே மரியாதையும், பாரம்பரியமான கவுரவம் கொண்டவர்களுக்குத் தைரியமின்மையும், மென்மையும், நாம் பிறந்த மண்ணின் மீதான நன்றியும், நம்மை வழி நடத்தும் கைகள், நாம் வணங்குவதற்குச் சொல்லிக் கொடுக்கப்பட்ட சின்னமும் - நமது ஆன்மாவை, அவற்றின் மேலான நேரங்களில், கட்டி போடுகின்றன. அப்படிப்பட்ட சிறைவாசிகளுக்கு, சுதந்திரம் நிலநடுக்கத்தைப் போல வருகிறது; அவர்களின் இளம் ஆன்மா என்ன நடக்கிறது என்று புரிந்துகொள்வதற்கு முன்பே அசைந்தும், உடைந்தும், தூக்கி எறியப்பட்டு விடுகிறது. முன்னோக்கி உந்தும் சக்தி ஒன்று அவர்களின்மீது அதிகாரம் செலுத்துகிறது; எங்கு வேண்டும் என்றாலும், என்ன விலை கொடுத்தாவது முன்னோக்கிச் செல்லும் ஒரு விருப்பம், ஆசை உருவாகிறது; அறியப்படாத உலகை அறிந்துகொள்ள வேண்டும் உறுதியான ஆபத்தான ஆர்வம் அவர்களது உயிரின் உள்ளே நெருப்பாக எரிகிறது. 'இங்கே வாழ்வதை விட இறப்பதே மேல்' என்று குரல் எழும்புகிறது.

'இங்கே' அல்லது 'இந்த வீடு' என்பது அவர்கள் வாழ்வில் அதுவரை நேசித்த எல்லாப் பொருட்களையும் குறிக்கிறது. அதுவரை அவர்கள் நேசித்த எல்லாவற்றின் மீதும் ஒரு பயமும், அவநம்பிக்கையும், 'கடமை' என்று அவர்கள் நினைத்தவற்றின்மீது இகழ்ச்சியும், தொலைதூரப் பயணத்தை வேண்டியும் புதிய காட்சிகளையும், மக்களையும் பார்க்க பார்க்க கலகமும், விருப்பமும் எரிமலை போன்ற ஏக்கமும், அன்பைத் தாண்டிய வெறுப்பும், அழிவும், கல் போன்று உணர்ச்சியற்ற நிலையும், புனிதமான ஒரு நொடியில் அவர்கள் நேசித்து, வணங்கியதைத் திரும்பிப் பார்த்தும், அவர்கள் செய்ததை நினைத்து அவமானமடைந்தும், அதே நேரத்தில் பேருவகையும், உள்மனதில் நடுக்கமும், மயக்கமும், மகிழ்ச்சியுமான வெற்றிப் பெருமிதமும் 'வெற்றி எதன் மீது? யார் மீது?' புதிரைப் போன்ற வெற்றி, கேள்வி கேட்க

வேண்டியும், கேள்வி கேட்கத் தகுதியாகவும் உள்ள முதல் வெற்றி. இவையே ஆன்மாவின் விடுதலையின் சரித்திரத்தில் இருக்கும் வலிகளும் வேதனைகளுமாகும்.

சுயமதிப்பீட்டிற்கும், சுய இலக்கிற்கும், சுதந்திரத்திற்கு வேண்டிய மன உறுதியும், பலமும் முதல் முறையாக வெளியாகும்போது மனிதனை நோயைப் போலக் கொன்றுவிடக் கூடியதாகும்; சுதந்திரமான விடுதலை பெற்ற மனிதன், தன்னைச் சுற்றியிருக்கும் உலகின் மீதாகத் தனது வெற்றியை உறுதிப்படுத்த வேண்டிய வெறி கொண்ட பாடுபடுதல்கள், மேலே கொண்டு வரும் நோய்மைகள்தான் எத்தனை?

தணியாத ஏக்கத்துடன். அவன் வெறியோடு நடமாடுகிறான், அவனது வழியில் குறுக்கிடும் எதுவும், அவனது பெருமையின் ஆபத்தான எதிர்பார்ப்பை எதிர்கொள்ள வேண்டும். அவனை ஈர்க்கும் எதையும் அவன் உடைத்து நொறுக்குகிறான். புனிதத்துக்குரியதாகக் கருதப்படும் எதையும் தனது வெறுப்புடன் கூடிய சிரிப்புடன், அதன் மீதான திரையை விலக்குகிறான்; எதுவும் அதன் திரையை விலக்கி விட்டால் எப்படி இருக்கும் என்று அவனுக்குத் தெரியும். தன் விருப்பத்தின் காரணமான விருப்பங்களும், மகிழ்ச்சியுமே இவை. ஒருவேளை, அதுவரை தீயப் பெயர் கொண்டவற்றிற்கு அவன் தனது ஒப்புதலைக் கூறலாம். தடை செய்யப்பட்டவற்றின் உள்ளே அவன் யாரும் அறியாமல் நுழையலாம். காட்டில் தொலைந்தவனைப் போல ஓய்வின்றி, இலக்கின்றிச் சுற்றித் திரியும்போது, பின்புலத்தில் அவனது ஆர்வத்தின் கேள்விகள் இன்னமும் ஆபத்தானவை.

'ஒவ்வொரு மதிப்பையும் மாற்ற முடியுமா? நன்மை என்பது தீமையா? சாத்தானின் நுட்பமான கண்டுபிடிப்பா கடவுள்? இறுதியில், எல்லாம் பொய்யா? நாம் எல்லோரும் ஏமாற்றப்பட்டவர்கள் என்றால், அதே முறையில் நாம் ஏமாற்றுபவர்களும்தானே? ஏமாற்றுபவர்களாக இல்லாமல் இருக்க முடியாதா?'

இவ்வாறான கேள்விகள் அவனை வழி நடத்தியும் வழி தவறவும் செய்து, முன்னோக்கியும், இன்னமும் தூரமாகவும் செலுத்துகின்றன. ஆசைகளின் கொடூரமான தாயும், பயங்கரமான கடவுளுமான தனிமை; அவனைச் சுற்றி, வளைத்துப் பிடித்துக்கொள்கிறது. மேலும் பயங்கரமாக, மேலும் வன்முறையுடன், மேலும் இதயத்தை நொறுக்குவதாக

இருக்கிறது. ஆனால், தனிமை என்றால் என்ன என்று இன்று யாருக்குத் தெரியும்?

4

முன் செல்லும் பாதையாகவும் அறிவைப் பற்றும் கருவியாகவும் நோய்மையைக் கைக்கொள்ளாமல் இருக்கும் பெரும் ஆரோக்கியத்தை நோக்கிய பாதை, தனிமை நோயிலிருந்தும், வருத்தும் வருடங்களின் பாலைவனங்களில் இருந்தும் வெகு தொலைவில் இருக்கிறது. ஆவி தன் பாதையைவிட்டுத் தொலைந்து, ஏதோ ஒரு மூலையில் மயங்கி அமர்ந்திருப்பதற்கு முன்பே இதயத்தின் ஒழுக்கமும், தேர்ச்சியையும் அடைந்து அது கொடுக்கும் உள்மனப் புரிதலின் திருப்தியும், இவை அனைத்தும் சேர்ந்த ஆவியின் சுதந்திரத்தை நோக்கிச் செல்லும் பாதையாகும். நல்ல ஆரோக்கியம் தரும் அதிகப்படியான பிணி தீர்க்கும் திரும்பப் பலம் தரும் இணக்கமும், சுதந்திர ஆவியின் வாழ்வை ஆராய்ச்சியிலும், தனக்குத் தேவையான ஆதிக்கச் சலுகை போன்ற பல தேவையற்ற அபாயங்களை எதிர்கொள்ள வைக்கும்.

ஆரோக்கியம் என்னும் உறுதியான இலக்கை நோக்கிய பயணத்தில், ஆரோக்கியம் இருப்பது போலும், இல்லாதது போலும் தோன்றும். அந்தப் பயணத்தின் இடைப்பட்ட சுறுசுறுப்பான வருடங்களில், பல வண்ணங்களில், மிகவும் கடுமையான மாற்றங்களும் நிகழும். இதை அடைவதற்கு இன்னொரு பாதையும் உண்டு. இதை நோக்கிப் பயணிக்கும் மனிதன் அதை உணர்ச்சியின்றி நோக்க முடியாது. அவன் தனக்கே உரிய சூரியனின் வெளிச்சத்தில், பறவைகளைப் போன்ற சுதந்திரத்துடனும், அவற்றின் பார்வைத் திறனுடனும், கட்டுப்பாடற்ற நிலையுடனும், ஆர்வமும், சோகமும், இன்னதென்று சொல்ல முடியாத மூன்றாவதில் கலந்து இருக்கிறான்.

'சுதந்திர ஆவி' அது என்ன நிலையில் இருந்தாலும் உற்சாகம் தரக்கூடிய வார்த்தை இது. ஒருவரை உடனே ஒளிரச் செய்யக்கூடியது. அன்பின் தளையிலோ, வெறுப்பின் தளையிலோ இல்லாமல், ஆம் அல்லது இல்லை போன்ற முடிவுகள் இல்லாமல், இங்கோ அல்லது அங்கோ, தப்பிப்பதில் மகிழ்ந்தும், தவிர்த்தும், தாண்டியும், முன்னோக்கியும், பின்னோக்கியும் செல்லாமல், ஒருவர் வாழலாம். ஒருவர் தீயதைப் பழக்கமாகக் கொண்டுவிடலாம். திடீரென்று தனக்குக் கீழே நடக்கும் பயங்கரத்தைக்

கண்டுகொள்வது போல எனலாம். அவனுக்கு எதிராகக் கருத தேவையில்லாதவற்றின் மீது ஆர்வம் கொள்பவன் எனலாம். உண்மையில், சுதந்திர ஆவி, தனக்குச் சம்பந்தம் இல்லாத பொருட்களில் அது எவ்வளவு பொருட்கள் என்றாலும் அதில் மட்டுமே விருப்பம் கொள்கிறான்.

5

மீண்டெழுதலில் இன்னொரு அடி எடுத்து வைக்கிறான்; சுதந்திர ஆவி மீண்டும் உயிரின் அருகே, மிகவும் மெதுவாக, கிட்டத்தட்ட பயனில்லாமல், நம்பிக்கையில்லாமல் வருகிறது. வெப்பமும், கனிவும் தோன்றுகிறது; உணர்வுகளும், அருகில் இருப்பவர்கள் பற்றிய உணர்வும் வருகிறது, மென்மையான ஒளி அவன் அருகே வீசுகிறது. கிட்டத்தட்ட உணர்ச்சியை உணருகிறான்; அவனுக்கு அருகாமையில் இருக்கும் பொருட்களைக் கண்கள் கொண்டு முதன் முறையாகப் பார்ப்பதுபோல உணருகிறான். ஆச்சரியமாகவும், அமைதியாகவும் அமர்ந்திருக்கிறான்; எங்குச் சென்றிருந்தான்?

அருகிலும், பக்கத்திலும் இருக்கும் பொருட்கள், மாறிவிட்டதாக அவனுக்குத் தெரிகிறது! நன்றியுடன் திரும்பிப் பார்க்கிறான். அவனுடைய தேடுதலுக்கு, தன்னைத் தொலைத்ததற்கும், கடுமையாக இருந்ததற்கும், தொலைவைப் பார்த்ததற்கும், குளிர்ந்த உயரங்களில் பறவைபோலப் பறந்ததற்கும் நன்றி, 'வீட்டின் உள்ளும்', 'வீட்டிலும்' மட்டுமே இருக்கும் மந்தமான, உணர்ச்சியான உடலைப் போலத் தான் இருக்காதது எவ்வளவு அதிர்ஷ்டகரமானது என்று எண்ணுகிறான்! எந்தச் சந்தேகமும் இல்லாமல் வாழ்ந்து வந்தான். இப்போதுதான் முதல் முறையாகத் தன்னைப் பார்த்துக்கொள்கிறான். அந்தப் பயணத்தில் எத்தனை ஆச்சரியங்கள். இதுவரை உணர்ந்திராத நடுக்கங்கள் எத்தனை! இருந்தாலும், அந்தப் பழைய நோயிலும், சுறுசுறுப்பில் இருந்த தப்பித்தல்களுக்கும், களைப்பிலும் எவ்வளவு மகிழ்ச்சி! அமைதியாக, பொறுமையாகச் சூரிய ஒளியில் அமர்ந்திருப்பது எவ்வளவு மகிழ்ச்சியை அவனுக்குத் தருகிறது! குளிர்காலத்திலும் நல்ல வானிலை வரலாம் என்பதையும், சுவற்றுக்கு அந்தப் புறம் வெயில் இருக்கும் என்பதையும் அவனைவிட யாரால் பாராட்ட முடியும்?

அவர்கள் மட்டுமே உலகில் மிகவும் பாராட்டத்தகுந்த ஜீவன்கள், மேலும் தாழ்மையானவர்கள், வாழ்வை நோக்கித்

தவழ்ந்து வருபவர்கள்; அதிலும் சிலர் எந்த நாளையும் அதன் ஒளி மங்கும் முன்னே, ஏதோ ஒரு விதத்தில் பாராட்டாமல் இருக்க மாட்டார்கள். தீவிரமாகக் கூறவேண்டும் என்றால், அவநம்பிக்கை கொண்டவர்களுக்கு (லட்சியவாதிகள் மற்றும் ஏமாற்றுக்காரர்களுக்கு இருக்கும் புற்றுநோய் போன்ற களங்கம்), சுதந்திர ஆவிகள் போல உடல்நலமின்றிச் சென்று, அப்படியே சில காலம் இருந்து, பின்னர் மெதுவாக உடல் தேறி, ஆரோக்கியமடைவதுதான் ஒரே மருந்தாகும். சிறிது, சிறிதாக நீண்ட காலம் உடல் ஆரோக்கியத்தை வளர்ப்பதுதான் அறிவாகும். உலக அறிவாகும்.

6

இன்னமும் முழுவதுமாக ஆரோக்கியத்தை மீட்டெடுக்காத நாள்களின் இடையே, அவனுடைய நினைவில் எப்போதும் மிதக்கும் என்னவென்று புரியாத, மெல்லிய, எப்போதும் இருக்கும், கேள்வி கேட்கவேண்டிய பெரும் விடுதலைக்கான விடுகதையைப் பற்றி வாசிக்க ஆரம்பிக்கிறான். ‘ஏன் தனியே பிரியவேண்டும்? தனியாக? நான் நேசிக்கும் அனைத்தையும் விட்டுவிட்டு? மரியாதையை இழந்து? நல்ல பழக்கங்களை நோக்கி ஏன் இந்த வெறுப்பு, சந்தேகம்?’ போன்ற கேள்விகளை எழுப்ப முன்னிருந்த பயம் நீங்குகிறது. எழுப்பிய வேகத்திலேயே பதிலும் அவனுக்குக் கேட்கிறது, ‘உன்னையே நீ வெற்றிக்கொள்ள வேண்டும், உன் நல்ல குணங்களை வெல்லவேண்டும். முன்பே அவை உன்னை ஆட்சி செய்தன; ஆனால் அவை உன்னுடைய மற்ற கருவிகளைப் போன்ற கருவிகளாகவே இருக்கவேண்டும். உன்னுடைய உன்னத லட்சியங்களின் நோக்கில், ஆம் என்றும், இல்லை என்றும் சொல்லும் சக்திக்கும் மேலான சக்தியை நீ பெறவேண்டும். உன் பார்வையின் ஒவ்வொரு குறிப்பையும், அதன் திரிபுகள், அதன் மாற்றங்கள், அதன் முடிவு, அதன் பெயர்ச்சி மற்றும் அதைக் குறித்த அனைத்தையும் நீ புரிந்துகொள்ள வேண்டும். அத்தோடு பொருளின் ஒவ்வொரு குறையையும், அதன் நிறையின் எதிராகக் கொண்டு புரியவும், ஒவ்வொரு உடன்பாட்டிற்கும் அதன் எதிரான நிலைப்பாட்டிற்குமான அறிவின் விலையையும் தெரிந்திருக்கவேண்டும்.’

வாழ்வு என்பது நம் பார்வையின் பழக்கமாகவும், அந்தப் பார்வை எப்போதும் குறைபாடு உடையதாக இருப்பதாலும், ஒவ்வொரு ஆம் மற்றும் இல்லை என்பதில் இருக்கும் குறைபாட்டை உணர்ந்திருக்கவேண்டும். எல்லாவற்றிற்கும் மேலாக, இந்தக் குறைபாடு எங்கே அதிகமாக இருக்கிறது

என்பதை உனது கண்கொண்டே பார்க்கவேண்டும். அங்கே வாழ்கை குறுகலாக, மோசமாக, வளராமல், மட்டமாக இருக்கும், ஆனாலும் அதைப் பிற பொருட்களின் மீதான நிர்ணயமாகப் பார்த்தும், உயர்ந்ததும், சிறந்ததும், செழிப்பாகவும் உள்ளவற்றைத் தொடர்ச்சியாகக் கேள்வி கேட்டுச் சிறிதாகக் கிழித்துப் போட்டும், தன்னுடைய நலத்தைப் பார்த்துக்கொள்ளும். தகுதி பிரித்தலையும் உன்னுடைய கண்களாலேயே பார்க்கவேண்டும். வலிமையும், அதிகாரமும் பார்வையின் வீச்சை எப்படி மேல்நோக்கி இழுக்கிறது என்பது தெரியும். சுதந்திர ஆவிக்குத் தான் பின்பற்றவேண்டிய எல்லா 'உன்னுடைய'வும் தெரிந்திருக்கும். மேலும், தன்னால் என்ன செய்யமுடியும் என்பதும், முதல் முறையாக, துணிச்சலுடன் என்ன செய்யலாம் என்பதும் தெரிந்துவிடும்.

7

சுதந்திர ஆவி, விடுதலையைப் பற்றிய விடுகதையின் பதிலைத் தானே கண்டறிய முயன்று, தன்னுடைய அனுபவத்தை இப்படியாக முடிவாகச் சொல்லும்; பிரச்சினை மெதுவாக வெளிவந்து, உடலின் வழியே வரும்போது 'நான் சென்ற வழியில் அனைவரும் செல்லவேண்டும்.' தெரியாமல் தோன்றிய கர்ப்பம் தன்னாலேயே வெளியே தெரிந்துவிடுவது போல, பிரச்சினையின் முழு ஆற்றலும், அதன் முழுத் தன்மையும் தெரிந்துவிடும். நமது விதியின் இயற்கை நமக்கு என்னென்று தெரியாத பொழுதே, அது தனது பலத்தை நம் மீது காட்டுகிறது; நமது எதிர்காலமே, நமது இன்றைய சட்டங்களை எழுதுகிறது. இது நமது 'பிரச்சினை' என்று நாம் கூறுவதை வெறும் தகுதி பிரிப்பதாக மட்டும் பார்த்தாலும், நாம் அதுவரை அனுபவித்த தயாரிப்புகள், கஷ்டங்கள், சோதனைகள், நிலைகள் என எல்லாம் மட்டுமே, நமது வாழ்வின் நடுத்தர வயதில் இந்தப் பிரச்சினையைத் தம் கண்முன்னே கொண்டு வந்து நிறுத்துகிறது. 'மனிதன்' என்று நமது உள்ளுலகின் ஆய்வாளர்களால் சொல்லப்படும் நாம், இத்தகைய அனுபவங்களினாலேயே நமது உடல் மற்றும் ஆன்மாவின் எதிர்மறையான ஏக்கங்களும், திருப்தியுமான வாழ்வைத் தொடரவேண்டி இருக்கிறது. 'மேலான' அளவை பார்ப்பவர்களும், 'முன்னோக்கி' செல்லும் 'மனிதன்' – எல்லா இடங்களிலும் இருக்கும், பயமின்றி, எதையும் வெறுக்காமல், அனைத்தையும் சோதனை செய்து, எல்லாவற்றையும் ஆய்ந்து, அதன் கசடுகளை நீக்கி - அனைத்தையும் கடந்து

நாம் நம்மைச் சுதந்திர ஆவி என்று சொல்ல முடியும்; 'இங்கே - இப்போது ஒரு புதுப் பிரச்சினை! நாம் இவ்வளவு காலமாக ஓய்வும், எழுந்தும் இருக்கும், நாம் காலகாலமாக இருக்கும் இந்த நீண்ட ஏணியில், இதோ, இங்கே இன்னமும் உயரமாக, ஆழமாக, நமக்குக் கீழே கொஞ்சம் ஒரு புதிய தொகுதி, பொருட்களின் தகுதியைப் புரிந்துகொள்ளும் தடுமாற்றம், இங்கே நாம் புரிந்துகொள்கிறோம் - நமது பிரச்சினை!'

8

மேலே விவரிக்கப்பட்ட சுதந்திர ஆவியின் வளர்ச்சியில், இந்தப் புத்தகத்தை எந்தச் சரியான இடத்தில் வைக்கவேண்டும் என்பதை எந்த மனோதத்துவ நிபுணர் அல்லது ஜோசியரிடம் இருந்தோ மறைக்கப்போவதில்லை. ஆனால் இன்று மனோதத்துவ நிபுணர்கள் எங்கே?

அவர்கள் பிரான்சில் இருக்கிறார்கள்; ரஷ்யாவில் இருக்கலாம்; ஜெர்மனியில் கட்டாயம் இல்லை. இங்கே தேவை இல்லை என்பதனால் அல்ல. அதற்கு இன்றைய ஜெர்மானியர்கள் கட்டாயம் உதாரணமாக இருப்பார்கள்; ஜெர்மனியைச் சேராத இடத்தில் கற்றறிந்த ஒருவனின் கருத்து இது. இந்த ஜெர்மானிய புத்தகம், பல நாடுகளிலும், மக்களாலும் படிக்கப்படுகிறது. பத்து வருடங்களாக வாசிக்கப்படுகிறது. இசை எப்படி எல்லைகளைத் தாண்டி வேறு நாடுகளின், மக்களின் காதுகளைச் சென்றடைகிறதோ, அது போல. ஆனால், ஜெர்மனியில் இந்தப் புத்தகம். மிகவும் கவனமின்றியே படிக்கப்படுகிறது; ஏன் அப்படி?

'இதை வாசிக்க நிறையத் தேவைப்படுகிறது. கடமைகள் அதிகமாக இல்லாதவர்கள், மிகவும் நுண்ணியப் பார்வை கொண்டவர்கள், நிறைய நேரம் கையில் இருப்பவர்கள், இதயத்தில் மென்மையும், எந்தக் கட்டுப்பாடும் இல்லாத, வேலையில்லாதவர்கள்; இந்த நல்ல விஷயங்கள் எல்லாம் இன்றைய ஜெர்மானியர்களான எங்களுக்கு இல்லை, எனவே எங்களால் முடியவில்லை' என்று என்னிடம் சொல்லப்படுகிறது. இதுபோன்ற ஒரு பதிலுக்குப் பின்னர், ஒரு தத்துவம் என்னை அமைதியாக இருக்கச் சொல்கிறது; வேறு கேள்விகளும் கேட்கக்கூடாது என்று சொல்கிறது; பழமொழி ஒன்று சொல்லுவது போல, ஒருவர் ஒன்றும் சொல்லாமல் இருப்பதால் மட்டுமே தத்துவவாதியாக இருக்கிறார்!

நைஸ், 1886

1

முதலும் கடைசியுமான பொருட்களைப் பற்றி

கருத்துகள் மற்றும் உணர்வுகளின் வேதியியல்

இரண்டாயிரம் வருடங்களுக்குமுன் தத்துவார்த்தக் கேள்விகள் எப்படியாக எழுப்பப்பட்டனவோ, அதுபோன்றே இன்றும் எல்லா விஷயங்களிலும் எழுப்பப்படுகிறது; எதிர்மறையில் இருந்து எப்படி எதுவும் வெளி வரமுடியும்?

உதாரணமாக, அறிவின்பாற்படாதவற்றில் இருந்து அறிவு, தர்க்கரீதியற்றதில் இருந்து தர்க்கம், பேராசை கொண்ட விருப்பத்தில் இருந்து ஆர்வமற்ற சிந்தனை, தன்னலத்தில் இருந்து பிறரின் வாழ்வு, தவற்றில் இருந்து உண்மை. மீவியற்பியல் தத்துவம், இந்தச் சிக்கலில் இருந்து தப்பிக்க ஒன்றில் இருந்து இன்னொன்று பிறக்கும் என்பதை மறுக்கிறது. அத்தோடு உயர்ந்த மதிப்புடைய பொருட்கள், ஆச்சரியகரமாகத் தானே தோற்றம் பெறும் என்றும், 'தனக்குள்ளேயே' என்பதே அதன் சாரம் என்றும் கூறுகிறது. மாறாக, தத்துவ முறைகளில் இளமையானதாகக் கருதப்படும் இயற்பியலின் மறு உருவான வரலாற்றுத் தத்துவமோ, வழக்கமான புகழ் பெற்ற பார்வைகளின் மிகையே தவிர, உண்மையில் வேறு எதிர்மறைகள் இல்லை என்று சோதனைகளில் உறுதிப்படுத்தி உள்ளது. (சோதனைகளின் முடிவுகள் மாறுவதில்லை என்றும் அறியப்படுகிறது.) இந்த எதிர்மறைகளின் ஆழத்தில் காரணங்களின் தவறுகளே உள்ளது; இதை அப்படியே

அர்த்தப்படுத்திக் கொண்டால், தன்னலமற்ற செயல் என்றோ, பாரபட்சமற்ற நோக்கம் என்றோ எதுவும் இல்லை.

இந்த இரண்டு விஷயங்களிலும், அவற்றின் ஆதாரக் காரணங்கள் மறைந்து விடுவதால், கூர்ந்து நோக்கினாலே ஒழிய அதை அறிய முடிவதில்லை. இன்றைய அறிவியல் முன்னேற்றத்தில், நமக்குத் தேவைப்படுவதெல்லாம், நமக்குக் கிடைக்க வேண்டியது, தார்மீக, அழகியல், மதச் சம்பந்தமான உணர்வுகளையும், கருத்துகளையும் விளக்கக்கூடிய வேதியியலாகும். அதுவே நாம் சமூகத்திலும், நாகரிக உலகின் பெரிய நடப்புகளில் அனுபவிக்கும் பெரிதும், சிறிதான உணர்வுகளையும், தனிமையிலும் நமது உணர்வுகளையும் விளக்கக் கூடியதாகும். ஆனால், இப்படியான வேதியியல் ஆராய்ச்சியில், அதன் வரம்பிற்குட்பட்டே, மிகவும் அடிப்படையான, வெறுக்கத்தக்கப் பொருட்களைக்கொண்டு நம்மால் மிகவும் அற்புதமான முடிவுகளை நெருங்க முடிந்தால் என்ன செய்வது? அது போன்ற சோதனைகளைத் தொடர நாம் விரும்புவோமா?

நமது ஆரம்பம் மற்றும் முடிவைக் குறித்துக் கேள்விகளை எழுப்பவே மனிதர்கள் விரும்புகிறார்கள். அதன் நேரெதிர் பாதையில் பயணிக்க நாம் மனிதத்தன்மை இல்லாதவர்களாக இருக்கவேண்டுமா?

தத்துவவாதிகளின் மரபார்ந்த தவறுகள்

இன்றைய மனிதனைத் துவக்கமாக எடுத்து, அவனை ஆராய்வதன் மூலம் ஒரு முடிவை எட்டும் பொதுவான தவற்றை எல்லாத் தத்துவவாதிகளும் செய்கிறார்கள். அவர்கள் 'மனிதனை' தங்களை அறியாமல், ஒரு நித்திய உண்மையாக, எல்லாக் குழப்பங்களிலும் மாறாத ஒன்றாக, எல்லாப் பொருட்களையும் நிர்ணயிக்கும் ஒருவனாகப் பார்க்கிறார்கள். ஆனால், இறுதியில், மனிதனைப் பற்றி ஒவ்வொரு தத்துவவாதியும் சொல்வது ஒரு குறிப்பிட்ட காலத்தில் இருக்கும் மனிதனைப் பற்றிய அவர்களது சாட்சியமே. வரலாற்று உணர்வற்று இருப்பதே, தத்துவவாதிகளின் மரபார்ந்த குறையாகும்.

பலரும், மனிதனை அவனின் குழந்தை நிலையில் பார்த்து, அவன் சில மதம் சார்ந்த கருத்துகளாலும், அரசியல் சார்ந்த நோக்குகளாலும் உருவாகிறான் என்றும், அது போன்ற கண்ணோட்டத்திலேயே அவனைப் பார்க்கவேண்டும்

என்றும் அப்பாவித்தனமாக நம்புகிறார்கள். மனிதனின் பரிணாம வளர்ச்சியை இவர்கள் கற்றுக்கொள்வதில்லை; அவனது அறிவின் வீச்சும் பரிணாம வளர்ச்சியின் அங்கம்தான் என்பதையும் புரிந்து கொள்வதில்லை. இன்னும் சிலரோ, அவனது அறிவின் வீச்சையே பிரபஞ்சத்தின் ஈடாகக் காட்டுகின்றனர். ஆனால் மனிதனுக்குத் தேவையான எல்லாப் பரிணாம வளர்ச்சியும் பல யுகங்களாக முன்பே நடந்துவிட்டது, நமக்குத் தெரிந்த நான்கு ஆயிரம் ஆண்டுகளுக்கும் முன்னரே இது நடந்துவிட்டது. நமக்குத் தெரிந்த இந்த வருடங்களில் மனிதன் பெரிதாக மாறவில்லை. இருந்தாலும், தத்துவவாதி, இன்றைய மனிதனுக்கு 'உள்ளுணர்வை' கொடுத்து, அதுவே அவனைப் பற்றிய அசைக்க முடியாத உண்மை என்று எண்ணிக்கொண்டு, அதைக்கொண்டு பிரபஞ்ச ரகசியங்களை அறிந்து விடமுடியும் என்று நம்புகிறார்.

எனவே, இந்த நான்காயிரம் ஆண்டு. மனிதனை, எல்லாக் காலங்களிலும் இருந்த மனிதன் என்று எண்ணிக்கொண்டு, அவனைப் பொறுத்தே பிரபஞ்சம், ஆதியில் இருந்து திட்டமிட்டு ஒழுங்குடன் இயங்கி வந்திருப்பதாக, உலகின் இருப்பிற்குக் கற்பிதம் செய்யப்படுகிறது. ஆனாலும், அனைத்தும் பரிணாம வளர்ச்சி அடைகிறது; முழுமையான உண்மை எப்படி இல்லையோ, அதுபோலவே நித்திய உண்மை என்பதும் இல்லை. எனவே, இனி வரலாற்று முறை தத்துவம் என்பது அதன் நேர்மையான முடிவுகளால், தவிர்க்க முடியாததாகிறது.,

எளிய உண்மைகளைப் பாராட்டுதல்.

உயர்ந்த முன்னேறிய நாகரிக சமூகங்கள், விஞ்ஞான முறைப்படி கண்டறிந்த சிறிய, அழகிய உண்மைகளின்மீது மிகுந்த மதிப்பை வைத்து, மெய்யியல், அழகியல் யுகங்களின் மக்களிடம் இருக்கும் மகிழ்வு தரக்கூடிய, பெரும் தவறுகளைத் தவிர்ப்பார்கள். முதலில், விஞ்ஞான உண்மைகளை மிகுந்த இகழ்ச்சியுடனும், இரண்டையும் ஒப்பு நோக்குவதும் தேவையில்லை என்பது போலப் பேசுவார்கள். விஞ்ஞான உண்மைகள் மிகவும் கடுமையாகவும், எளியதாகவும், மிகவும் அவநம்பிக்கை தருவதாக இருப்பதாகவும் அழகியல் யுகங்களின் உண்மைகள் மிகவும் அழகாகவும், அலங்காரமாகவும், மயக்கம் தருவதாகவும், மேலும் புனிதமானதாகவும் இருப்பதாகக் கூறுகிறார்கள்.

இருந்தாலும், மிகவும் உழைத்துப் பெற்ற, உறுதியான, நிலைத்து நிற்கக்கூடிய விஞ்ஞான உண்மைகளே மேலானவை அதை உறுதியாகப் பிடித்துக்கொள்வதே ஆண்மையானதாகவும், தைரியமுள்ளதாகவும், நேரடியானதாகவும், சகிப்புத்தன்மை கொண்டதுமானதாகும். இந்த ஆண்மை மிகுந்த நிலையை நீடித்து நிற்பதும், நிரூபிக்கக்கூடியதுமான அறிவை உணர்ந்து, அற்புதங்களைப் பேசும் உண்மைகளின் மீதான நம்பிக்கையை இழக்கும்போது, தனிப்பட்ட மனிதன் மட்டுமல்லாது, மொத்த மனிதக்குலமும் பல படிகள் மேலே முன்னேறும். வடிவங்களை ஆராதிப்பவர்கள், அவர்களது சுவை மற்றும் அழகின் தரத்தின் நிர்ணயங்களோடு, விஞ்ஞான ஆராய்ச்சியின் எளிய உண்மைகளைக் கண்டு சிரிக்கலாம். அது அவர்கள் இன்னமும் உலகின் எளிய உண்மைகளை உணராமல், சரியான வழியில் விஞ்ஞான உண்மைகளை உணரும் வழியில் வளராத காரணத்தாலும், இன்னமும் முழுவதும் அதன் உண்மைகளைப் புரிந்துகொள்ளாமல், பழைய வடிவங்களை அப்படியே எந்த யோசனையும் இல்லாமல் பின்பற்றுவதனாலும் மட்டுமே (எந்த விஷயத்திலும் சிறிதும் ஈடுபாடு. இல்லாமல் இருப்பவர்கள்.)

முன்பு தீவிரச் சிந்தனையின் மூலமாக மட்டுமே மனதில் கருதுவதை யாரும் நம்பவில்லை. சின்னங்களையும், வடிவங்களையும் பார்த்துப் புரிந்துகொள்வதே சிந்தனை என்று நம்பப்பட்டது. அது இப்போது மாறிவிட்டது. இதை நம்புவதே இப்போது கல்வியின் குறைபாடு என்று சொல்லப்படுகிறது. நமது செயல்கள் அறிவுபூர்வமாகவும், நமது அறிவு பகுத்தறிவாகவும், நமது முடிவுகள் நியாயமாகவும் இருப்பது நூறு ஆண்டுகளுக்கு முன்பு இருந்ததில் இருந்து வேறுபட்டு இருக்கிறது. நமது வாழ்வு மிகுந்த அறிவுபூர்வமாக மாறி வரும்போது, இன்னமும் பழையதை அப்படியே நம்புபவர்கள் அதை அழகற்றதாகவும் கருதுவது, அவர்களால் இன்னமும் உலகின் உள்ளே ஆழமாகப் பரவும் அழகின் செழுமையைப் பார்க்க முடியாமல் இருப்பதாலே. அந்த உள் அழகே - வெளி அழகையும், நேர்த்தியான பகட்டையும் விட - மிகுந்த செல்வாக்கானதாகும்.

சோதிடமும், அது போன்றவையும்

மதம், தார்மீக, அழகிய, தர்க்கச் சம்பந்தமான அனைத்துக் கருத்துகளும், வாழ்வின் மீதான மேலோட்டமான பார்வை மட்டுமே. ஆனாலும் மனிதன், தான் பிரபஞ்சத்தின்

ஆழமான உண்மைகளை அறிந்துவிட்டதாகத் தன்னைப் பாராட்டிக் கொள்கிறான். சோதிடமும் அதுபோன்ற கர்வத்தைக் கொடுக்கிறது. எனவே தனக்கு மகிழ்ச்சி தருவதாகவும், ஏமாற்றுவதாகவும், அவன் தன்னைத் தானே ஏமாற்றிக் கொள்கிறான். சோதிடம், வானில் உள்ள பெரும் கோள்களின் நகர்தல் மனிதர்களின் வாழ்வை நிர்ணயிப்பதாகக் கூறுகிறது; தர்க்கபூர்வமான மனிதன், தன் வாழ்வை நிர்ணயிக்கும் பொருட்கள், தனக்கு அருகாமையிலேயே பொருட்களின் ஆன்மாவிலும், பொருட்களிலும் இருக்கும் என்று நம்புகிறார்.

கனவுகளைத் தவறாகப் புரிந்து கொள்ளுதல்

முற்கால, முன்னேறாத நாகரிக மக்கள், கனவுகள் தங்களை இன்னொரு உலகிற்கு அறிமுகப்படுத்துவதாக எண்ணினார்கள்; இங்கேயே நாம் மீவியற்பியலின் ஆரம்பத்தைப் பார்க்கிறோம். கனவுகள் இல்லாமல் மனிதன் உலகை ஆராய்வதற்குத் துவங்கி இருக்கவே மாட்டான். ஆன்மா மற்றும் உடலிற்கு இடையேயான வேறுபாடும் கனவுகளைப் புரிந்துகொள்ள முயன்றதன் விளைவே. அதன் நீட்சியாக உடலோடு புதைந்த ஆன்மா என்ற கருதுகோளும், அதன் காரணமான பிற மூட நம்பிக்கைகளும், கடவுள் நம்பிக்கையும் இதிலிருந்தே எழுந்திருக்கவேண்டும். ‘இறந்தவர்கள் உயிரோடு வாழ்கிறார்கள்; அதனாலேயே அவர்கள் கனவுகளில் வருகிறார்கள்’ என்று மனிதர்கள் புரிந்துகொண்டார்கள். அவ்வாறே பல ஆயிரம் வருடங்களாக நம்பிக்கொண்டிருக்கிறார்கள்.

விஞ்ஞானச் சிந்தனை ஓரளவே இருக்கிறது

சிறந்த, நுண்ணிய அறிவியல் துறைகள் எல்லாம் புறவயமாகவே படிக்கப்படுகின்றன, முழுமையாக அல்ல. பெருமைக்குரிய பொது அறிவியல் துறை எழுப்பும் கேள்வி, உண்மையில் இன்றும் உயிருடன் இருக்கும் கேள்வி, ‘எதற்காக? என்ன பயன்?’ என்பது. இப்படியாகப் பயன்பாடு குறித்த கேள்வியினால், அவற்றின் குறிப்பிட்ட அம்சங்களை விடுத்து, கேள்விகள் தனிப்பட்ட முறையில் இல்லாததாகத் தெரிகிறது. அறிவியலின் உச்சாணியில் இருக்கும் தத்துவத்தைப் பொறுத்தவரை, அறிவின் பயன்பாடு குறித்த கேள்வி வெளிப்படையாகவே முன்னுக்குக் கொண்டு வரப்படுகிறது. எனவே ஒவ்வொரு தத்துவமும், தன்னையறியாமலே, தனக்கே உயர்ந்த பயன்பாட்டை அளித்துக்கொள்கிறது.

இதனாலேயே, எல்லாத் தத்துவங்களும் மிகவும் உயர்ந்த மெய்யியல் வார்த்தைகளால் விளக்கப்பட்டு, பௌதீக அறிவியலின் வெளிப்பாடுகள் முக்கியமில்லாததாகவும் கட்டமைக்கப்படுகிறது. இதன்மூலம் வாழ்வில் அறிவின் முக்கியம் பெரியதாக இருக்கவேண்டும் என்று காட்டப்படுகிறது. இதனாலேயே அறிவியலுக்கும், தத்துவத்திற்குமான மோதல் உருவாகிறது. தத்துவம், கலைகளைப் போல, வாழ்விற்கும், நடத்தைக்கு மிகுந்த ஆழத்தையும், முக்கியத்தையும் தருவதைக் குறிக்கோளாய் வைத்திருக்கிறது; அறிவியல், அறிவின் தேடலை மட்டுமே குறிக்கோளாகவும், மற்ற அனைத்தையும் அதன் தற்செயல் கண்டறிதலாகவும் மட்டுமே கொண்டுள்ளது. அதனாலேயே இதுவரை எந்தத் தத்துவ முறையும் அறிவை தேடுவதை முதன்மையாகக் கொள்ளவில்லை (சுருக்கமாக). இந்த விஷயத்தில், இரண்டும் அறிவிற்கே முதன்மையான பயன்பாடு என்பதில் நம்பிக்கையுடன் இருக்கின்றன. இவை அனைத்துமே தர்க்கத்தின் ஆதிக்கத்தில், அதன் இயற்கையான நம்பிக்கையுடன் இருக்கின்றன.

அறிவியலின் ஒவ்வாத பகுதி

தத்துவம், அறிவியலில் இருந்து பிரிவதற்கு ஒரு கேள்வியே போதுமானதாக இருந்தது. 'மனிதக் குலத்தை மகிழ்ச்சியாக வைத்திருப்பதற்கு என்ன மாதிரியான உலக மற்றும் வாழ்வியல் அறிவுவேண்டும்?' சாக்ரடீசின் தத்துவப் பள்ளி உருவானபோதே இந்தக் கேள்வி எழுப்பப்பட்டது. மகிழ்ச்சியை ஆதாரமாகக் கொண்டவுடன், ஆராயும் அறிவியலின் ரத்த நாளங்கள் அனைத்தும் இறுக்கமாக மூடப்பட்டு, அதன் ரத்த ஓட்டமே தடை செய்யப்பட்டது. அப்படியே இன்றுவரை இருக்கிறது.

இயற்கைக்கு மெய்யியலின் விளக்கம்

தத்துவ மீவியற்பியல்வாதிகள் இயற்கையை முழுவதுமாக ஆன்மிகத்தின் வழியிலேயே பார்க்கிறார்கள். வேதாகமத்தை எப்படித் தேவாலயமும், அதன் வழிபாட்டு அறிவாளிகளும் பார்த்தார்களோ, அப்படியே இவர்களும் பார்க்கிறார்கள். தங்களுடைய ஒற்றையான அறிவியல்பூர்வமான விளக்கத்தின் மூலம் தத்துவவியல் அறிஞர்கள் இயற்கையை விளக்க மிகவும் மெனக்கெடுகிறார்கள். மேலும் அதன் எளிய, நேரடியான செய்தியை, அது வேறு எந்த அர்த்தத்தையும் கொடுத்துவிடாதபடி விளக்க நிறையவே

சிரமப்படவேண்டும். இன்னமும் இலக்கியம் மற்றும் புத்தகங்களைப் பொறுத்தவரை, அவற்றின் விளக்கத் தவறுகள் முழுமையாக நீக்கப்படவில்லை. மேலும், மெய்யியல் உருவாக, ஆன்மிக விளக்கங்களை இன்னமும் சரியான முறையில் நாகரிக உலகம் எதிர்கொள்ளவில்லை. அதிலும் இயற்கையைப் பொறுத்தவரை, நிலைமை இன்னமும் மோசமாக இருக்கிறது.

மீவியற்பியலின் உலகம்

மீவியற்பியல் உலகம் ஒன்று இருக்கலாம்; அது இருப்பதற்கான சாத்தியத்தை நம்மால் முழுவதுமாக மறுக்க முடியாது. நம்மைச் சுற்றி உள்ள உலகத்தை மனிதத்தலையின் வழியாகவே நாம் உணருகிறோம்; அதை நாம் வெட்டிவிட முடியாது; அப்படி வெட்டிவிட முடிந்தால், நம் உலகம் எப்படி மாறிவிடும் என்ற கேள்வி இருக்கத்தான் செய்யும். ஆனால், இது உண்மையில் வெறும் அறிவுபூர்வமான, தர்க்கத்திற்கான கேள்வி என்பதால் மனிதர்களுக்குப் பெரிதாகக் கவலையைத் தருவதில்லை. இருந்தாலும், மீவியற்பியலின் அனுமானங்கள் எல்லாம் மனிதர்களுக்குப் பயம் தருவதாகவும், முக்கியமானதாகவும் அல்லது மகிழ்ச்சி தருவதாகவும் இருக்கிறது; அவற்றின் மூலம் வெறியும், தவறும், தன்னைத்தானே ஏமாற்றிக்கொள்வதும் மட்டுமே நடக்கிறது. அறிவை விளக்கும் மோசமான துறைகள், இதுபோன்ற நம்பிக்கைகளிலேயே தங்களது வாதங்களைக் கட்டுகின்றன.

இது போன்றவையே இன்றும் இருக்கும் மத மற்றும் மீவியற்பியல் நம்பிக்கைகளின் ஆதாரம் என்று கூறும்போது, அவர்கள் அவற்றை மறுக்க முடியும். அவற்றை ஏற்கெனவே விட்டுக்கொடுத்து விட்டதாகவும் கூறலாம்; ஆனால், அவற்றின் நூல் போன்ற இழைகளிலேயே மகிழ்ச்சி, வாழ்வு, ரட்சிப்பு போன்றவை இருக்கின்றன என்பது பற்றி ஒரு வார்த்தையும் இருக்காது. எனவே, மீவியற்பியலின் உலகில் எதையும் உறுதியாகக் கூறமுடியாது; அது வேறு எங்கோ இருக்கிறது என்பதையும், அதை நாம் நேரடியாகப் பார்க்கவோ, புரிந்துகொள்ளவோ முடியாது என்பதையும் தவிர வேறொன்றும் நமக்குத் தெரியாது. அதுவே எதிர்மறைகளின் மூலம் விளக்கப்படும் உலகமாகும். அப்படியான ஒரு உலகம் இருப்பதாக உறுதியாகக் கண்டறியப்பட்டாலும், அந்த உலகம் கொண்டுள்ள அனைத்து விதமான அறிவு சார் களஞ்சியங்களும்,

அவை பெரும்பாலும் எந்தப் பெரும் மதிப்பும் கொண்டிருக்கப்போவதில்லை என்றாலும், புயலில் சிக்கிய மாலுமிக்கு நீரின் வேதியியல் கலவை பற்றிய அறிவின் பயனை விடக் குறைந்ததாகவே இருக்கும் என்பதை மறுக்கமுடியாது.

எதிர்காலத்தில் மீவியற்பியலாரின் தீங்கற்ற தன்மை

மீவியற்பியலை எந்த இடத்திலும் ஆரவாரமாக ஆதரிக்காமல், மதம், கலை மற்றும் வாழ்வின் நெறிமுறைகளை முழுவதுமாகப் புரிந்துகொள்ளலாம் என்ற நிலை வரும்போது, கோட்பாட்டியல் கேள்விகளான 'தனக்குத் தானே' மற்றும் 'நிகழ்வு' என்பதின் மீதான ஆர்வம் முழுவதுமாக மறைந்துவிடும். இங்கும் அதே உண்மை தேவைப்படுகிறது; மதம், கலை மற்றும் நெறிமுறைகளில் நாம் பிரபஞ்சத்தின் சாரத்தை அறிந்துகொள்ள முயல்வதில்லை. இவை முழுவதுமாகக் கருத்துருவாக்கங்களே. எந்த முன் உணர்வோ, உள்ளுணர்வோ இதற்கு உதவப்போவதில்லை. அப்போது உலகம் பற்றிய நமது உள்ளுணர்வு, நம் முன்னே இருக்கும். உலகில் இருந்து எப்படி வேறுபடுகிறது என்ற கேள்வி, உடலியல் அறிவியலுக்கும், உயிர்கள் மற்றும் கருத்துகளின் பரிணாம வளர்ச்சியின் வரலாற்றிற்கும் சென்றுவிடும்.

மொழி என்னும் உத்தேச அறிவியல்

நாகரிக உலகின் வளர்ச்சியில் மொழியின் பங்கு என்னவென்றால், மொழியின் வழியாக மனிதன், தனது உலகை, இன்னொரு உலகின் அருகில், பிரபஞ்சம் முழுவதையும் நம்பி, தன் ஆளுகைக்குக் கொண்டு வர உதவும் உலகத்தின் அருகில் வைத்தான். தனது கருத்துகளையும், பெயர்களையும் நித்திய அசத்தியங்களாக எண்ணி, மிருகங்களிடம் இருந்து தான் உயர்ந்துவிட்டதாக மனிதன் நினைத்தான். மொழியின் மூலம் பிரபஞ்சத்தின் முழு அறிவையும் பெற்றுவிட்டதாகவே நினைத்தான். எனவே பொருட்களுக்குப் பெயரிடுவதை வெறுமனே பெயர் சூட்டுவதாக, மனிதன் எண்ணவில்லை. மாறாக, வார்த்தைகளின் மூலம் உயர்ந்த அறிவை எட்டுவதாகவே எண்ணினான்.

உண்மையில், மொழி என்பது எல்லாவித அறிவு தேடுதலின் முதல் அடி மட்டுமே. இங்கும், உறுதியான உண்மையின் மீதான நம்பிக்கையில் இருந்தே பெரும் வலிமையைப் பெற

முடிந்தது. மிகவும் மெதுவாகவே - இப்போது மட்டுமே - மொழியின் மீதான தனது நம்பிக்கை மிகப் பெரும் தவறு என்பதை உணர்ந்திருக்கிறான். அதிர்ஷ்டவசமாக, இந்த நம்பிக்கையின் விளைவாக உருவான பகுத்தறிவின் பரிணாம வளர்ச்சியை, இப்போது அவனால் தடுத்து நிறுத்த முடியாது. தர்க்கம் என்பதின் அனுமானம், மெய்யுலகின் உண்மைகளை எந்தவிதத்திலும் ஒத்திருப்பதில்லை. உதாரணமாக, பொருட்கள் ஒன்றோடொன்று ஒத்திருப்பதும், வேறு வேறு காலங்களில் அவற்றின் அடையாளங்களும் முழுக்கவும் எளிய அனுமானங்களே; ஆனால் தர்க்கத்தின் அறிவியல், இவற்றை அனுமானங்களாக அல்லது நிரூபிக்கப்பட்ட உண்மைகளாகப் பார்க்கிறது. அது போலவே இயற்கையில் எங்கும் பூரணமான நேர்கோடுகளோ, முழுமையான வட்டங்களோ, அளவைகளின் தரநிலையோ எப்போதும் இருந்ததில்லை என்பது மனிதனுக்கு முதலில் தெரிந்திருந்தால், கணக்கு என்னும் அறிவியலே கண்டறியப் பட்டிருக்காது.

கனவுகளும், நாகரிகமும்

தூக்கத்திலும் வேலை பார்க்கும் மூளையின் பகுதி நினைவுகள் மட்டுமே. முழுவதுமாக நிறுத்தப்படவில்லை என்றாலும், மனிதக்குலத்தின் ஆரம்பக் காலங்களில் இருந்து, விழித்திருக்கும்போதும் சரி தூங்கும்போதும் சரி, பூரணமில்லாத நிலையிலேயே வேலை செய்யும். மனிதனின் நினைவுகள் கட்டுப்பாடில்லாமலும், சிக்கலாகவும் இருப்பதால், சிறிதளவு ஒன்று போல இருக்கும் பொருட்களையும் குழப்பிக் கொள்கிறது. ஆனால் இந்தக் கட்டுப்பாடற்ற நிலையும், குழப்பமும், இனங்கள் தங்களுக்கான புராணங்களை உண்டாக்க உதவியது. இன்றும் பழங்குடிகளின் மறதியைச் சிறிதும் நினைவு கூற இயலாது, அவர்களது நினைவுகள் பலவாறு அலைந்து திரிந்து, முடிவில் புரியாதவாறும், பொய்யாகவும் அவர்கள் களைத்துப் போய் பேச ஆரம்பிப்பதைப் பயணிகள் குறித்திருக்கின்றனர்.

ஆனால், கனவுகளில் நாம் இந்தப் பழங்குடிகளைப் போலவே இருக்கிறோம். பிரித்துப் பார்ப்பதில் போதாமையும், ஒப்பீடுகளில் தவறுகளும், நம் கனவுகளில் செய்யும், சொல்லும் முட்டாள்தனமான செய்கைகளுக்கு ஆதாரமாக இருக்கிறது. எனவேதான், அந்தக் கனவுகளை நினைத்துப் பார்க்கும்போது, நமக்குள் இருக்கும் முட்டாள்தனத்தைக்

கண்டு நாம் அதிர்ச்சி அடைகிறோம். கனவுகளின் தெளிவான தன்மை, அவற்றை நாம் உண்மை உலகென நம்புவதால் வருவது. மனிதக்குலத்தின் ஆரம்ப நாள்களில் இருந்த நிலையை இது காட்டுகிறது. அவர்களுக்கு இது போன்ற மனத்தோற்றங்களின் தெளிவு அசாதாரணமாக இருந்ததால், சமூகங்களும், நாடுகளும் அவற்றை உண்மை என நம்பி இருந்தன. தூக்கத்திலும், கனவுகளிலும் நாம் மனிதக்குலத்தின் ஆரம்பக் காலத்திற்குப் புனிதப்பயணமாகச் செல்கிறோம்.

கனவின் தர்க்கம்

உறக்கத்தின்போது, நமது நரம்பு மண்டலமானது, பல்வேறு தூண்டுதல்களினால் கிளர்ச்சி அடைந்தே இருக்கிறது. உடலின் அனைத்து உறுப்புகளும் சுதந்திரமாகவும் முழு வேகத்துடனும் செயல்புரிகின்றன. ரத்த ஓட்டம் வேகமாக நிகழ்கிறது. தூங்குபவரின் நிலை சில உடல் உறுப்புகளை அழுத்துகிறது. மேலே போர்த்தி இருக்கும் போர்வைகளும் பல்வேறு விதங்களில் உணர்வுகளைப் பாதிக்கிறது. உணவு செரிமானம் எப்போதும்போல வயிற்றால் செய்யப்படுகிறது. அது வேறு உறுப்புகளையும் பாதிக்கிறது. குடல்கள் வேலை செய்கின்றன. தலையை எப்படி வைத்திருக்கிறோமோ அதுவும் புதுவிதமான செயல்களை உண்டாக்குகிறது. கால்களில், செருப்புகளோ வேறு எதுவும் போடாமல், தரையில் ஊன்றாமல் இருப்பது ஒரு புதுவித உணர்வைத் தரும். நாம் வேறு விதமான உடை அணிந்திருப்பதும் உணர்வுகளை மாற்றும்.

இவை அனைத்தும், அந்த நாளின் போதிருந்த சுறுசுறுப்பும், வேலைகளும் இல்லாமல் உடல் முழுவதற்கும் அதன் புது நிலையின் மூலம் புது விதமான உணர்வுகளைக் கொடுக்கும். அது மூளையின் செயல்பாட்டிற்கும் பொருந்தும் இப்படி மனதில் குழப்பத்தை ஏற்படுத்துவதற்கு நூறு காரணங்கள் இருக்கின்றன. இந்த உணர்வுகளை எல்லாம் கேள்விக்குட்படுத்துவதும் ஒன்று. எனவே, கனவுகள் என்பவை இந்த உணர்வு கொந்தளிப்பிற்கு உண்டான காரணங்களைத் தேடி, அவற்றை முன் வைப்பது என்று கூறலாம். உதாரணமாக, இரண்டு கால்களையும், இரண்டு கயிற்றால் கட்டி வைத்துத் தூங்குபவர், தன் கால்களில் பாம்புகள் சுற்றிக் கொண்டிருப்பதாகக் கனவு காணலாம். முதலில் வெறும் அனுமானமாக இருக்கும் இந்த நினைவு, கனவு காண்பவரின் கற்பனையில் நம்பிக்கையாக, வாதமாக

எதிரொலிக்கிறது; 'தூங்கிக் கொண்டிருக்கும் என்னுடைய உணர்வுகளுக்கு, காலைச் சுற்றி இருக்கும் இந்தப் பாம்புகளே காரணம்.' இப்படியாகத் தூங்குபவரின் மனம் கற்பித்துக் கொள்கிறது.

இப்படியாக அனுமானமாக இருந்த நிலை, தூங்குபவரின் மிதமிஞ்சிய கற்பனையில் உண்மையாக மாறுகிறது. கனவு காண்பவர்கள், மணி ஓசை போன்ற ஒரு சப்தத்தை அதற்கு மிகவும் மாறுபட்ட சப்தமான பீரங்கியின் முழக்கமாக எண்ணுவார்கள் என்பது அனைவரும் அறிந்ததே. கனவில் அவன் முதலில் அந்தச் சப்தத்தின் விளைவுகளை உணர்கிறான். அந்த விளைவுகளைத் தன்னுடைய அனுமானத்தின் மூலம் விளக்க முற்பட்டு, அந்தச் சப்தத்தின் உண்மையை உணராது, உத்தேசத்தை நம்புகிறான். ஆனால், விழித்திருக்கும்போது கவனத்துடன், எச்சரிக்கையுடன், மிகுந்த யோசனையுடன் இருக்கும் மனது, கனவு காணும்போது மட்டும் எப்படி உத்தேசங்களையும், அனுமானங்களையும் நம்புகிறது? கனவில் மட்டும் விளைவின் முதல் உணர்வே கருதுகோள்களை உண்டாக்குவது ஏன்?

ஏனென்றால், கனவு காணும் நிலையில், நாம் கனவை உண்மை என்றே நம்புகிறோம். எனவே இந்தக் கருதுகோள்களையும் உண்மை என்றே கருதுகிறோம். இன்று மனிதர்கள் கனவுகளில் வாதிடுவது போன்றே, மனிதக் குலம் ஆயிரக்கணக்கான ஆண்டுகளாக விழித்திருக்கும் நேரங்களிலும் வாதிட்டுக் கொண்டிருக்கிறார்கள்; விளக்கம் தேவைப்படும் எதற்கும், முதலில் மனதிற்கு எது சரியான காரணமாகத் தெரிகிறதோ, அதையே உண்மையான விளக்கம் என்று நம்பி, பரப்பி வருவது புதிதல்ல. (பழங்குடிகள் இடையே இன்னமும் இப்படியே இருப்பதாகப் பயணிகள் தெரிவிக்கிறார்கள்.) கனவுகளில் நம்மிடையே இந்த முதுமரபின் எச்சம் அதன் இருப்பை நினைவுபடுத்துகிறது. அதுவே நமது மற்ற ஏனைய பகுத்தறியும் திறனிற்கு அடிப்படையாக இருந்திருக்கிறது. இன்னமும் தனி மனிதனின் அறிவு வளர்ச்சியும் இதை அடிப்படையாகக் கொண்டே இருக்கிறது.

கனவுகள் நம்மை மனிதக் குலத்தின் ஆரம்ப நாள்களுக்கு அழைத்துச் சென்று, அந்த நாள்களை இன்னமும் தெளிவாகப் புரிந்துகொள்வதற்கு உதவுகிறது. பரிணாம வளர்ச்சியின் இடைப்பட்ட காலங்களில் இந்த எளிதும், கற்பனை

நிரம்பியதுமான சிந்தனை வளர்ச்சி மிகவும் நன்றாக நம்மைப் பயிற்சி கொடுத்து வைத்திருப்பதால், இன்றும் நமக்குக் கனவு வழியான சிந்தனைகள் எளிதாக வருகின்றது. நமது இன்றைய உயர்ந்த நாகரிகம், விழித்திருக்கும் நேரங்களில் சிந்தனை பயிற்சியைக் கொடுத்து மூளையை மிகவும் சுறுசுறுப்பாக வைத்திருப்பதால், கனவுகள் மூளைக்குத் தன்னை மீண்டும் சீரமைப்புச் செய்துகொள்ள ஒரு வாய்ப்பாக இருக்கிறது. நாம் விழித்திருக்கும் நேரங்களிலும்கூட, நாம் நினைத்தால், கனவுலகின் கதவுகளைத் தட்டும் நிலைக்குச் செல்லலாம். நாம் கண்களை மூடியவுடன், நமது மூளை பல வண்ணங்களையும், ஒளியையும் மூடிய கண்களின்முன் உடனடியாகத் தோன்ற வைக்கிறது. விழித்திருக்கும் நேரங்களில் மூளையின் முன் ஒளி மற்றும் வண்ணங்கள் வெளிப்பட்டுக்கொண்டே இருப்பதால் இவ்வாறு தோன்றுகிறது எனலாம்.

இப்போது மனமானது, கற்பனையின் துணையுடன், எந்த வடிவமும் இல்லாத இந்த வண்ணங்களையும், ஒளியையும், உறுதியான வடிவங்களாகவும், நிலப்பரப்புகளாகவும் மாற்றமடையும். உண்மையில் நடப்பது என்னவென்றால், விளைவிலிருந்து காரணத்தைத் தேடிச் செல்வதுதான். மூளை, இந்த வண்ணங்களும், ஒளியும் எங்கிருந்து வருகிறது என்று கேட்கிறது. வடிவங்களிலும் நிலப்பரப்புகளில் இருந்துமே உணர்கிறது. தினமும் உணர்வுகளின் வழியே தோற்றங்களை உருவாக்குவதிலும், தன்னுடைய தோற்றங்களை இடை புகுத்துவதிலும் கற்பனையும் தனது பங்கைச் செய்கிறது; கற்பனை கனவுகளும் அதையே செய்கிறது. விளைவிற்குப் பின், விளைவின் மூலமே காரணத்தைத் தேடுகிறது. அதுவும், இவை அனைத்தும் மிகவும் விரைவாக, தந்திரம் செய்வதைப் போல மனதில் குழப்பம் உண்டாகிறது; பின்விளைவுகள் அனைத்தும் ஒரே நேரத்தில் நடப்பது போலவும், அவை நிகழும் வரிசை தலைகீழாகவும் தோன்றுகிறது.

இவற்றில் இருந்து சரியான தர்க்கரீதியான சிந்தனைமுறை, உண்மையான காரண விளைவுகளை உணரும் சிந்தனை, எப்படிப் பின்னாட்களில் தோன்றியிருக்கவேண்டும் என்பதை; நம் வாழ்நாள் முழுவதும் இந்தச் சிந்தனைமுறையில் பயிற்சி கொடுத்தும், நமது மனம் எவ்வளவு விரைவாகக் கற்காலத்திய சிந்தனை முறைக்கு இன்னமும் சென்றுவிடுகிறது என்பதில் இருந்து புரிந்துகொள்ளலாம். கவிஞர்களும், கலைஞர்களும், தங்களது

உணர்ச்சிபூர்வமான நிலைக்கு இதையே காரணமாகக் கருதுகிறார்கள். அந்த வகையில் இவர்கள் கற்காலத்திய மனிதக் குலத்தின் தொடர்ச்சியாகவும், அவர்களைப் புரிந்து கொள்வதற்கு உதவியாகவும் இருக்கிறார்கள்.

ஒன்றுடனொன்று தொடர்பு

அனைத்து உணர்வுகளுடனும், பலவிதமான கிளர்ச்சிகளுக்கும், எழுச்சிகளுக்கும் தொடர்புள்ளது. அவை அனைத்தும் நினைவுகளை எழுப்புகின்றன. அவற்றின் ஆதிக்கத்தில் நாம் இருக்கும்போது, அவை அவற்றின் தொடர்புள்ள பிற நிலைகளை நினைவுபடுத்தி, அவற்றையும் நம்முள்ளே எழுப்புகின்றன. இப்படியே எண்ணங்களும், உணர்வுகளும் ஒன்றையொன்று தொடர்ந்து மின்னல் போல வருகின்றன. அதனால் அவற்றைத் தனித்தனியாகப் பார்க்காமல், நாம் ஒன்றாகவே பார்க்கிறோம். இப்படியே நாம் தார்மீக நீதி உணர்ச்சிகள், ஆன்மிக உணர்வுகள் எல்லாவற்றையும் ஒன்றாகவே நாம் பார்க்கிறோம். உண்மையில், அவை நூற்றுக்கணக்கான ஆரம்ப நிலைகளும், கிளைகளும் கொண்டவை. இங்குத் திரும்பவும், வார்த்தை ஒன்றாக இருப்பது, பொருளும் ஒன்றாக இருக்கிறதா இல்லையா என்பது பற்றி எதுவும் சொல்வதில்லை.

உள்ளும், புறமும் உலகில் இல்லை

டெமோகிரிட்டஸ் எப்படி எல்லையில்லா வெளியின் மேலும், கீழும் அங்கு அர்த்தமின்றி இருக்கும் கருத்துகளை மாற்றினாரோ, அதுபோலவே தத்துவவியலாளர்களும் ‘உள்ளும், புறமும்’ என்பதைக்கொண்டு வடிவம் மற்றும் அவற்றின் சாராம்ச பொருள் குறித்த எண்ணங்களைக் குறிக்கிறார்கள். அவர்கள் சொல்வது என்னவென்றால், ஆழ்ந்த உணர்வுகளின் மூலம் ஒருவர் பொருட்களின் ஆன்மாவை உணரமுடியும் என்றும், அதன்மூலமே இயற்கையின் இதயத்தின் அருகில் செல்ல முடியும் என்றும் கூறுகிறார்கள். ஆனால், இந்த ஆழமான உணர்வுகளை நாம் ஆழமானது என்று குறிப்பிடுவதற்கான காரணம், அவை அதே நேரத்தில் எழுப்பும், மறைமுகமான, சில சிக்கலான சிந்தனைகளையும் நாம் ஆழமானது என்று கூறுவதாலேயே; உணர்வுகளை ஆழமானது என்றால் அவற்றுடன் சேர்ந்து வரும் சிந்தனைகளும் ஆழமானது என்று நாம் கருதுவதாலேயே. ஆனால் ஆழமான சிந்தனையானது உண்மையில் இருந்து மிகவும் வேறுபட்டும் இருக்கலாம்.

உதாரணமாக ஒவ்வொரு மீவியற்பியல் சிந்தனையையும் கூறலாம். ஆழமான உணர்விலிருந்து, அதனுடன் பின்னி, பிணைந்திருக்கும் சிந்தனையைப் பிரித்துவிட்டோம் என்றால், உணர்வின் வலிமை மட்டுமே எஞ்சி இருக்கும். அதனை அறிவின் முடிவாக எடுத்துக் கொள்ளமுடியாது. தீவிரமான நம்பிக்கை என்பது அதன் தீவிரத்தில் மட்டுமே உணரப்படும். அந்த நம்பிக்கை எழுந்திருக்கும் உண்மையின் தீவிரம் அல்ல அது.

நிகழ்வும், பொருளும்

தத்துவவாதிகள் தங்களை வாழ்விற்கு முன்னும், அனுபவத்திற்கு முன்னும் வைத்துக்கொள்வதைப் பழக்கமாகக் கொண்டுள்ளனர். இதற்காக உலகையே நிகழ்வு என்று கூறுகின்றனர். உலகம் ஏதோ எந்த மாற்றமும் இல்லாமல், வரைந்து முடிக்கப்பட்டு, அவர்கள் முன்னால் விரிக்கப்பட்ட ஓவியம் போல இருப்பதாக எண்ணிக்கொள்கிறார்கள். அந்த ஓவியம் குறிக்கும் பொருளை மிகவும் ஆழமாக ஆராய்ந்து, முடிவுக்கு வரவேண்டும் என்றும் நினைக்கின்றனர். இங்கும் விளைவில் இருந்து அதன் காரணமும், காரணத்தில் இருந்து முறையும் வருவிக்கப்படுகிறது. இந்த முறையின் மூலம் உலகின் அனைத்து நிகழ்வுகளுக்கும் விளக்கம் கொடுக்கமுடியும் என்று நம்பப்படுகிறது. இன்னொரு புறத்தில் (மீவியற்பியல் கருத்தை முறையற்ற முறையில் பார்ப்பவர்களின் கருத்தாகக் கொண்டிருக்கும்போது) மீவியற்பியலாளர்களின் முறையற்ற உலகிற்கும், நாம் அறிந்த உலகிற்கும் இடையே எந்தத் தொடர்பும் இல்லை என்றும் ஒருவர் மறுக்கவேண்டும். எனவே நிகழ்வுகளின் முழுமையிலும் பொருட்கள் இருப்பதில்லை. ஒன்றில் இருந்து இன்னொன்றிற்கு மாறுவதும் இருப்பதில்லை. இவ்வாறாக, நாம் ஓவியம் என்னும் வாழ்வும், அனுபவமும் மெதுவான பரிணாம வளர்ச்சி அடைந்தது என்பதையும், இந்தப் பரிணாம மாற்றம் இன்னமும் நிகழ்ந்து கொண்டிருக்கிறது என்பதையும், எனவே இதை மாற்றமடையாத ஒன்றாகப் பார்த்து, அதைத் தோற்றுவித்தவர் யாரென்றோ அல்லது யாரும் இல்லை என்றோ எந்த முடிவிற்கும் வரமுடியாது.

உலகை நாம் பல நூற்றாண்டுகளாகத் தார்மீக, ஆன்மிக, அழகியல் முன்முடிவுகளுடனும், குருட்டு நம்பிக்கை, பயம், வேட்கை போன்றவற்றுடனும் நோக்கி, முட்டாள்தனமான தர்க்கமற்ற சிந்தனைகளில் நாம் மூழ்கிக்

கிடந்திருப்பதால், நமக்கு உலகம் பல வண்ணமுள்ளதாகவும் பயங்கரமானதாகவும் குறிப்பிடத்தக்கதாகவும் ஆத்மார்த்தமானதாகவும் தோன்றுகிறது; உலகம் பல நிறங்களை ஏற்றுக்கொண்டுள்ளது, நாம் அதில் வண்ணம் பூசியிருக்கிறோம்; மனித தேவைகள், மனிதத் வேட்கைகளின் ஆதாரமான மனிதனின் அறிவும் இந்த நிகழ்வுகளைப் புரிந்துகொள்ள முயன்று, பொருட்கள் பற்றிய தனது அடிப்படையில் தவறான கருத்துகளைக் கொண்டுள்ளது.

பின்னர், மிகவும் பின்னர், மனிதனின் அறிவு தன்னைத் தானே சோதித்துக் கொள்கிறது; ஆனால் அனுபவ உலகும், பொருட்களும் தனியாகவும், நேரெதிராகவும் இருப்பதாகவும், அவை ஒன்றோடு ஒன்று தொடர்புடையதாக இருப்பதன் சாத்தியமும் இல்லாதது போலத் தெரிகிறது. அதன் பொருட்டு, நமது அறிவையும், விருப்பத்தையும் முழுவதுமாக மறுத்து, அதன் ரகசிய ஒழுங்கையும் முழுவதுமாக உறுதியினும் உறுதியாக நம்பவைக்கிறது. இன்னமும் சிலர் இந்த நிகழ்வுகளின் உலகின் அனைத்துச் சிறப்பியல்பு அம்சங்களிற்கும் - அதாவது உலகம் என்பதன் கருத்து அறிவார்ந்த மாறுபாடுகளுடன் தோன்றி இருக்கிறது என்பதை - அறிவைக் காரணமாகக் கருதாமல், உலகின் நிலைக்கு அதன் பொருட்களின் இயற்கையே காரணம் என்றும், இருத்தலை அழிக்கவும்வேண்டும் என்று பேசுகிறார்கள்.

இது போன்ற பார்வைகளுக்கும், கருத்துகளுக்கும் இடையே, அறிவியலின் இடையறாத உழைப்பும், அதன் முன்னேற்றமும் முதல்முறையாகச் சிந்தனையின் தோற்றத்தை குறித்து அதன் பெரும் வெற்றியைக் கொண்டாடுகின்றது. உறுதியாக முடிவை நோக்கிச் செல்கிறது. இந்த முடிவு இவ்வாறாக இருக்கலாம்; நாம் உலகம் என்று கருதுவது நமது கடந்த காலத்தின் அனைத்துப் பொக்கிஷங்களின் - மனிதக் குலம் இதுவரை தங்கி வந்ததைப் பொக்கிஷம் என்று கூறலாமென்றால் - வழியாகப் பரிணாம வளர்ச்சியில், தானாக வளர்ந்த கூட்டமான கற்பனைகளும் தவறுகளும் மட்டுமே. இந்த உலகம் என்பதனை கருத்தில் இருந்து அறிவியல் நம்மைச் சிறிதளவே விடுவிக்கும். பல தலைமுறைகளாக நாம் உணர்ந்து வந்திருப்பதை முழுவதுமாக மாற்ற முடியாவிட்டாலும், உலகம் என்பதான கருத்தின் பல படிகளை நமக்கு வெளிச்சம் போட்டுக் காட்டும். அதன்மூலம், நம்மை இந்த மொத்தக் காட்சியிலிருந்தும்

சிறிது உயர்த்திவிடும். அதன்மூலம் ஒருவேளை நாம் பொருள் என்பதையே ஹோமேரிய சிரிப்புடன் பார்க்க ஆரம்பிப்போம்; என்னவாகவோ தோன்றியது, இறுதியில் வெறும் வெற்றிடமே, அர்த்தமில்லாத வெற்றிடமே என்பதுதான் அது.

மீவியற்பியல் விளக்கம்

மனிதன், இளம் வயதில், மீவியற்பியல் விளக்கங்களை உயர்வாகக் கருதுகிறான். அவன் இகழ்ச்சிகரமாகவோ, கருத்து மாறுபாட்டுடன் கருதும் பொருட்களுக்கு அவை மிகவே உயர்ந்த அர்த்தங்களைக் கொடுப்பதே இதன் காரணம். தன் மீதே அதிருப்தி கொண்டிருக்கும்போது, அவனுக்குத் தெரியாத உலகின் பிரச்சினைகளும், அவற்றின் வலியும், அந்த அதிருப்தியைச் சற்று ஆற்றுப்படுத்துகிறது. மீவியற்பியல் அவனை எதற்கும் பொறுப்பேற்காமலும், அதே நேரத்தில் பொருட்களை மிகவும் சுவாரசியமாக்கவும் என இரட்டை பலனைத் தருகிறது. பின்னாளில், அவனுக்கு மீவியற்பியலின் விளக்கங்களின் மீதான நம்பிக்கை குறைகிறது; அதே முடிவுகளை இன்னமும் சரியான முறையில் அறிவியல்பூர்வமாக எட்ட முடியும் என்பதை அவன் உணர்கிறான். பௌதீக வரலாற்று விளக்கங்கள் அவனுக்கு அதே பொறுப்பற்ற சுதந்திரத்தைக் கொடுத்திருக்கும் என்றும், வாழ்விலும், அதன் பிரச்சினைகளிலும் இருக்கும் ஆர்வம் இன்னமும் அதிகமாகத் தூண்டப்பட்டிருக்கும் என்பதையும் உணருகிறான்.

மீவியற்பியலின் அடிப்படை பிரச்சினைகள்

சிந்தனை பற்றிய வரலாறு என்றேனும் எழுதப்படும் என்றால், அப்போது சிறந்த தர்க்கவாதி ஒருவரால் சொல்லப்பட்ட இந்தக் கூற்றும் ஒரு புதிய வெளிச்சத்தில் பார்க்கப்படும்; ‘நாம் பேசும் பொருளின் உலகளாவிய, ஆதி விதியானது, நமது உள் தேவையான பொருட்களை அதன் பொருட்டே அறிந்துகொள்வதாகும். தானே இருப்பதும், மாற்றம் இல்லாததுமான பொருட்களின் சாரம் அதனுள்ளேயே இருக்கும்.’ ‘ஆதி விதி’ என்று கூறப்படும் இந்த விதியும் பரிணாமத்தின் வளர்ச்சியின் காரணமே; கீழான அமைப்புகளில் இந்தப் பரிணாம வளர்ச்சி மிகவும் மெதுவாகவே நிகழ்கிறது என்பதை இன்னமும் சரியாகக் காட்டப்படவில்லை; அந்த அமைப்புகளின் மங்கலான, சிறிய கண்களில் முதலில், அனைத்தும் ஒன்றே போன்று

இருக்கிறது; பின்னர், ஆசையும், வெறுப்பும் எனப் பல கிளர்ச்சிகள் முன்னே வரும்போது, ஒவ்வொன்றும் ஒவ்வொரு பண்புடன், அமைப்புடன் சிறந்த உறவுடன் இருக்கிறது. தர்க்கத்தின் முதல் படி என்பது, சிறந்த தர்க்கவாதிகளின் கூற்றுப்படி, நம்பிக்கையை ஆழமாகக் கொண்டதாகும். எல்லா நம்பிக்கைகளின் அடிப்படையிலும், அந்தப் பொருளைப் பற்றிய மகிழ்ச்சி அல்லது வலியின் உணர்வுகள் இருக்கும்.

மேலே சொன்ன இரண்டு உணர்வுகளுடன் இருக்கும் மூன்றாவது உணர்வே, அந்தப் பொருளைப் பற்றிய முன்முடிவாகும் (அல்லது தீர்ப்பாகும்). எந்தப் பொருளின் மீதான நமது ஆதி ஆர்வமும், அதன் பொருட்டான நமது மகிழ்ச்சி அல்லது வலியின் பொருட்டே இருக்கும். இந்த உணர்வுகளை நாம் உணர்ந்திருக்கும் நேரங்களின் இடையே இருப்பதே ஓய்வின் அல்லது உணர்வற்ற நேரமாகும். அந்த நேரங்களில் நமக்கு உலகமும், மற்ற பொருட்களின் மீதும் எந்த ஆர்வமும் இருப்பதில்லை; நமக்கு அவற்றில் எந்த மாற்றத்தையும் பார்ப்பதில்லை. (ஏதோ ஒன்றில் ஈடுபட்டு இருக்கும்போது, நாம் வேறெதையும் கவனிக்காமல் இருப்பது போன்ற நிலை.) தாவரங்களுக்கு, எல்லாப் பொருட்களும், எப்போதும், அவற்றைப் போன்றவையே. கீழான உயிரினங்கள் மனிதனுக்கும் எல்லாப் பொருட்களும் அவற்றைப் போன்றவையே என்ற நம்பிக்கையைத் தருகின்றன; மிகவும் உயர்ந்த அறிவியலின் மூலம் பெற்ற அனுபவபூர்வமான பயிற்சியினாலேயே இதன் முரண்பாட்டை உணரமுடியும்.

எல்லா உயிரினங்களின் ஆதி நம்பிக்கையானது, உலகம் முழுவதும் ஒன்றே என்பதும், அது எந்த மாற்றமும் இல்லாமல் இருக்கிறது என்பதுமே; இந்த முதல் அடியில் இருந்து தர்க்கரீதியான அடுத்த நிலை காரணங்களைப் புரிந்துகொள்வதாகும். இன்றும், நாம், நமது அனைத்து உணர்வுகளையும், செயல்களையும் சுதந்திரத்தின் (Free will) காரணமாகவே செய்வதாக எண்ணிக்கொள்கிறோம். உணர்வுகள்கொண்ட உயிரினம் ஒன்று எதைப் பற்றியேனும் சிந்திக்கும்போது, அதைத் தனியாகவும், எதனுடனும் தொடர்பற்றதாகவும், வேறு எந்தப் பொருளின் தாக்கம் அற்றதாகவும் இருப்பதாக எண்ணிக்கொள்கிறது. அதற்கு முன்னும், பின்னும் இல்லாத நிலையில், அந்த உணர்வோ, செயலோ உடனடியாக மேலே வருவதே இதற்குக் காரணம்.

நாம் பசியாக உணர்கிறோம், ஆனால் எந்த உயிரினத்திற்கும் உணவுத் தேவை என்பதை நாம் முதலில் உணரவில்லை. ஆனால், அந்த உணர்வு எந்தக் காரண, காரியம் இல்லாமல் நமக்குள் அதுவாகவே, சுதந்திரமாகத் தோன்றுகிறது. எனவே, சுதந்திரத்தின் மீதான நமது நம்பிக்கை என்பது, நமக்கு உள்ளே தர்க்க உணர்வு தோன்றியது என்று கூறுவது போன்ற ஆதி தவறாகும். அது போன்றே, ஒன்று போன்ற பொருட்கள் மற்றும் எந்த நிலையுறுத்தலும் இல்லாத பொருட்கள் மீதான நமது நம்பிக்கையும் ஓர் ஆதி தவறாகும். பொருட்களையும், அவற்றின் சுதந்திரத்தையும் (Free will) பற்றி மீவியற்பியல் பேசும் வரை, அதை மனிதக் குலத்தின் அடிப்படைத் தவறுகளை அடிப்படை உண்மைகள் என்று பேசும் அறிவியல் என்றே கூற முடியும்.

எண்

எண்களின் விதிகள் கண்டறியப்பட்டதன் அடிப்படை, முன்னரே இருக்கும் தவறான நம்பிக்கையான பல பொருட்கள் ஒன்று போலவே இருக்கின்றன (உண்மையில் நகல் என்று எந்தப் பொருளும் இல்லை.) என்பதும், குறைந்தது பொருட்கள் இருக்கின்றன என்பதுமாகும். (ஆனால் 'பொருள்' என்றே எதுவும் இல்லை.) பன்மைத்தன்மை எப்போதும் ஏதோ ஒன்றுபோல தன்னைத் திரும்பத் திரும்ப வெளிப்படுத்திக் கொள்கிறது என்ற அனுமானத்தில் இருந்து வருகிறது. ஆனால், இங்குதான் நம்பிக்கை தவறாகப்போகிறது; இந்த விஷயத்திலேயே நாம் உண்மைகளும், ஒற்றுமைகளும் இருப்பதாகப் பாவனைச் செய்கிறோம். நமது உணர்வுகளையும், வெளி மற்றும் காலம் குறித்தான நமது கருத்துகளும், சரியான முறையில் சோதனை செய்யப்படும்போது, தர்க்கரீதியான முரண்பாடுகளுக்கு இட்டுச் செல்வதால், அவற்றைப் பொய் என்றே கூறவேண்டும்.

அனைத்து அறிவியல்பூர்வமான சோதனைகளிலும், நாம் நமது கணக்கீடுகளை ஏதேனும் பொய்யான அடிப்படை தரத்தை (நேரம் அல்லது அளவை) அடிப்படையாகக் கொள்கிறோம். இந்தத் தர அளவைகள் நிலையாக இருப்பதால், உதாரணமாக நமது வெளி மற்றும் நேரம் பற்றிய கருத்துகளில், அறிவியல் சோதனை முடிவுகள் முற்றும் சரியாகவும், அவற்றிற்கு இடையேயான உறவில் சரியாகவும் இருக்கும். அந்த முடிவுகளின் மீதும் நாம் மேலும் சோதனைகளைச் செய்துகொண்டு செல்லலாம்.

இறுதியாகச் சோதனையின் இறுதி முடிவுகள், நமது ஆரம்பத் தவறான அடிப்படை அனுமானங்களுடன் முரண்படுவது வரை (இறுதி முறிவு) உதாரணமாக, அணுக்களின் கருதுகோள்களைக் கூறலாம். இதில் நாம் 'பொருள்' என்பதற்கு நம்பகத்தன்மை கொடுக்க வேண்டியுள்ளது அல்லது பொருண்மையின் 'அடிக்கூறு' என்பதை நகர்வதாகவும் சொல்ல வேண்டியிருக்கிறது.

ஆனால், மொத்த அறிவியல் திட்டமும் எல்லாப் பொருட்களையும் அவற்றின் நகர்வுகளாக உறுதிப்படுத்துவதிலேயே இருக்கிறது. இங்கும், நாம் நமது உணர்வுகளைக் கொண்டே நகர்வதையும், நகர்த்தப்படுவதையும் பிரித்துப் பார்க்கிறோம். இந்த வட்டத்தில் இருந்து நாம் வெளிவருவதே இல்லை. காரணம் பொருட்களைப் பற்றிய நம்பிக்கை நம்மிடம் பல ஆயிரம் வருடங்களாக இருந்து வருவதே. காண்ட் (Kant) கூறுகிறார் 'அறிவானது இயற்கையில் இருந்து விதிகளை எடுத்துக்கொள்வதில்லை. மாறாக, அது இயற்கைக்கு விதிகளை ஆணையிடுகிறது.' அவர் இப்படிக் கூறும்போது, நாம் கொண்டிருக்கும் இயற்கை என்ற

கருத்தைக் குறித்த முழு உண்மையையும் கூறுகிறார். (இயற்கை-உலகம், என்ற தவறான கருத்தை) அதன்படி நமது அறிவின் தவறுகளின் மொத்த உருவமே இந்தக் கருத்தாக்கம் என்கிறார். நமது கருத்தில் உருவாகாத உலகிற்கு, எண்களின் விதி பொருந்தாது; மனிதர்களின் உலகில் மட்டுமே அது செல்லுபடியாகும்.

பின்னோக்கி சில அடிகள்

கல்வியின் வழியாக முன்னோக்கி அடியை எடுத்து வைக்கும்போது, மனிதன் அவனுடைய மூட நம்பிக்கைகள், மதம் சார்ந்த நம்பிக்கைகள் மற்றும் பயங்களில் இருந்து வெளியே வரும்போது, அவன் குட்டி தேவதைகளை நம்புவதில் இருந்தும், ஆதி பாவம் போன்றவற்றை நம்புவதில் இருந்தும், ஆன்மாவை ரட்சிப்பது போன்றவற்றைப் பற்றிப் பேசுவதில் இருந்தும் வெளியில் வருகிறான்; சுதந்திரத்தை நோக்கிய இந்த அடியை அவன் எடுத்து வைத்த பின்னரும், அவன் இன்னமும் தன்னுடைய மனதின் உறுதியின் மூலம், மீவியற்பியலையும் தாண்டி வரவேண்டும். இப்போது பின்னோக்கி சில அடிகளை வைக்க வேண்டி வரும்; அந்த அடிகளில் வரலாற்று நியாயத்தையும், அதே

அளவில் மனோதத்துவத்தைக் கருத்தில் கொண்டும் எடுத்து வைக்கவேண்டும். மனிதனின் மிகப்பெரும் முன்னேற்றங்கள் காரணமாகவே இந்தப் பாதையில் செல்லவேண்டி இருக்கிறது என்பது புரிந்துகொள்ள வேண்டும்; இந்த மிகவும் பின்னோக்கிய அடி இல்லாமல், மனிதனின் முன்னேற்றங்கள் சாத்தியமில்லை என்பதையும் புரிந்துகொள்ள வேண்டும்.

தத்துவார்த்த மீவியற்பியலைப் பொறுத்தவரை, நம்மில் பலரும் அது குறித்து நேர்மறை முடிவுக்கு (அதாவது மீவியற்பியல் என்பது ஒரு மாயை) வருகிறார்கள். பின்னோக்கி சில அடிகள் எடுத்து வைக்கச் சிலரே விரும்புகிறார்கள்; அதாவது, ஒருவர் ஏணியின் கடைசிச் சில படிகளின் வழியே பார்க்க மட்டுமேவேண்டும், அவற்றில் ஏறி நிற்கக்கூடாது. இன்னமும் சிலர் தங்களின் மீவியற்பியலின் நம்பிக்கைகளில் இருந்து வெளியே வந்து, அதை மிகப்பெரிய சாதனையாகத் திரும்பிப் பார்க்கிறார்கள்; ஆனால், இங்கும் பந்தய மைதானத்தில் போலவே, களத்தின் முடிவை எட்டும்போது, திரும்பி பார்க்கவேண்டும்.

சந்தேகத்தின் உத்தேச வெற்றி

ஒரு நொடி நாம் சந்தேகமான நிலைப்பாட்டைப் பற்றிப் பேசுவோம்; மீவியற்பியல் உலகம் என்று ஒன்று இல்லை என்று வைத்துக்கொள்வோம், உலகைப் பற்றிய மீவியற்பியல் விளக்கங்களால் எல்லாம் நமக்கு எந்தப் பயனும் இல்லை என்றும் வைத்துக்கொள்வோம். அப்படியெனில் நாம் மனிதனையும், பொருட்களையும் பற்றி எப்படி யோசிப்பது?

இதை நாம் யோசித்துப் பார்ப்பது சரியானது. மீவியற்பியல் பற்றிய விளக்கம் எதாவது உலகில் நிரூபிக்கப்பட்டிருக்கிறதா அல்லது காண்டும், ஸ்கோபென்ஹவர் ஏதேனும் கூறியிருக்கிறார்களா என்பதையும் தவிர்த்துவிடலாம். ஏனென்றால், இந்த இடத்தில், மனிதர்கள் அனைவரும் சந்தேகமாகப் பார்ப்பார்கள் என்று தெரிகிறது. எனவே, கேட்கவேண்டிய கேள்வியானது, இதுபோன்ற மனநிலையில், மனிதச் சமூகம் தங்களைப் பற்றி என்ன மாதிரியான கருத்துகளைக் கொண்டிருக்கும்?

மீவியற்பியல் உலகின் உண்மைத்தன்மை பற்றி இப்போது அறிவியல் பூர்வமாக நிரூபிப்பது, மனிதர்கள் அதை நம்பாமல் இருப்பதால், சாத்தியமில்லாததாகவே தெரிகிறது. மீவியற்பியலின் மீது அவநம்பிக்கை தோன்றும்போது, அதன் முடிவுகள், மீவியற்பியலை இல்லை என்று நிரூபிக்கப்பட்டு,

அதனால் அதனை . நம்பமுடியாமல் போவதைப் போலவே இருக்கிறது. இரண்டு நிலைகளிலும், மனிதனின் அமீவியற்பியல் நிலை பற்றிய வரலாற்றுக் கேள்வி ஒன்றாகவே இருக்கிறது.

'காலத்தைத் தாண்டி நிற்கும் சின்னத்தில்' அவநம்பிக்கை

மீவியற்பியல் சிந்தனைகளில் இருந்து வெளியில் வரும்போது இருக்கும் தீமைகளில் ஒன்று, தனி மனிதன் தன்னுடைய சிறிய வாழ்நாளில் மட்டுமே தன் முழுக் கவனத்தையும் வைக்கிறான்; பல நூற்றாண்டுகள் தாண்டி நிற்கும் நிறுவனங்களின் அடித்தளங்களைத் தோற்றுவிப்பதற்கு அவனுக்கு எந்த ஊக்கமும் இல்லை: தான் நடும் செடிகள், மரங்களாகி அதில் இருந்து கிடைக்கும் பழங்களைத் தானே அனுபவிக்கவேண்டும் என்று எண்ணுகிறான். பல நூற்றாண்டுகளாக நீர் விடவேண்டி, கவனிக்கவேண்டிய மரங்களை நட்டு வைக்கவும், அதன்மூலம் எதிர்காலச் சந்ததிகள் தலைமுறைகளாக நிழலை அனுபவிக்கவும், அவனுக்கு எந்த விருப்பமும் இல்லை. ஏனென்றால், மீவியற்பியல் பார்வைகள், மனிதக் குலத்தின் எதிர்காலத்தைக் கட்டி எழுப்பக்கூடிய வலிமையான அடித்தளத்தைத் தருவதாக நம்புகிறான்; தனி மனிதனே தன்னுடைய ரட்சிப்பைத் தேடிக்கொள்கிறான்; உதாரணமாக, ஒரு தேவாலயமோ அல்லது சாமியார் மடமோ கட்டும்போது, அதன்மூலமாகத் தன்னுடைய அழிவில்லாத ஆன்மாவை ரட்சிக்கப்படுவதாக நம்புகிறான். அறிவியலும், அதன் முடிவுகளின் பலனில் இதுபோன்ற நம்பிக்கையை ஏற்படுத்துமா?

உண்மையில், அறிவியலின் உண்மையான துணை அவநம்பிக்கையும், சந்தேகமும்தான். ஆயினும் தவிர்க்க முடியாதவற்றின் முழுமையும் எல்லாச் சந்தேகத்தின் தாக்குதல்களும், மிஞ்சியிருக்கும் உண்மைகள் சிதையும் விளைவுகள் எளிதாக (உதாரணமாக, சுகாதார அறிவியல்) அதன்மீது 'நித்தியமான' வேலைகளைக் கட்டமைக்க ஊக்குவிக்கிறது. தற்போது உற்சாகமான தற்கால இருப்புக்கும், மீவியற்பியல் சகாப்தங்களின் அமைதியான இடத்திற்குமான வேறுபாடு மிகவும் பெரியது. ஏனென்றால், இரண்டும் இன்னமும் அடுத்தடுத்து வைக்கப்படுகிறது. தன் வாழ்நாளுக்கான திட்டத்திற்கே தனிமனிதனும் இப்போது,

உள்ளும், புறமுமாகப் பல அடுக்குகளில் பரிணாம வளர்ச்சியின் வழியே பயணிக்க வேண்டியிருக்கிறது. இன்றைய நாகரிக மனிதன், தனக்கு வீடு கட்ட விரும்பி, உயிருடன் சமாதி கட்டிக்கொள்வது போல உணருகிறான்.

ஒப்பீடுகளின் காலம்.

மனிதர்கள் மரபினால் கட்டுப்படுவது குறையும்போது, நோக்கங்களின் உள்செயல் அதிகமாகவும், அதனினும் அதிகமாக வெளிப்புற அமைதியின்மையும், மனிதக் குலம் தெளிவாக ஓடுவதும், பாடுபடுவது பல குரல்களிலும் வெளிப்படுகிறது. தன்னையும், தனது சந்ததியினரையும் நல்ல முறையில் நிலைநிறுத்த வேண்டியதற்கான உந்துதலை யார் உணர்கிறார்கள்? மேலும், இப்போது யாருக்கு உறுதியான உறவிருக்கிறது?

கலைகளின் எல்லா முறைகளும் ஒன்றில் இருந்து இன்னொன்றிற்குப் பிரதி எடுக்கப்பட்டிருப்பதால், அதுபோலவே தார்மீக விதிகள், நடத்தை மற்றும் நாகரிகத்தின் முறைகளும், முன்னேற்றங்களும் பிரதி எடுக்கப்படுகிறது. பல்வேறு கருத்துகளும், குறியீடுகள், நடத்தை அல்லது நாகரிகங்களை இன்று நம்மால் ஒன்றோடொன்று ஒப்பிடவும், அதை அனுபவிக்கவும் முடியும்; முந்தைய காலங்களில், ஒவ்வொரு இடம் மற்றும் காலத்தின் கலை விளைவுகளின் வரம்பால் ஒவ்வொரு நாகரிகத்தையும் தெரிந்துகொள்ளவும் முடியாது. இன்று, அழகியல் உணர்வின் வளர்ச்சி என்பது, பல கலை முறைமைகள் ஒப்பீட்டிற்கு இருப்பதால், அதன்மூலம் முடிவு செய்யப்படுகிறது. இந்த ஒப்பீட்டு முறைமையில் பின் செல்லும் பெரும்பாலான முறைமைகள் தன்னாலேயே அழிந்துபோகும். அது போலவே இன்று நடந்துகொண்டிருக்கும் உயர்ந்த தார்மீகத்திற்கான வழிகளும், பழக்கங்களும் குறித்தான ஒப்பீடுகளும், மோசமான தார்மீகப் பழக்கங்களை அழித்துவிடும். இது ஒப்பீடுகளின் காலம்! அதுவே அதன் பெருமை. அதுவே அதன் வலியுமாகும். ஆனால் நாம் இந்த வலியைப் பொறுத்துக்கொள்ள வேண்டும். அப்படியே நம்மால் காலம் நம்மீது சுமத்தியிருக்கும் இந்தப் பணியை அறிந்துகொள்ள முடியும்; அப்பொழுதே வரும் காலம் நம்மை வாழ்த்தும். குறுகிய, முன்காலத்திய நாகரிகத்திலிருந்தும், இன்றைய நமது கலாசார ஒப்பீட்டு நாகரிகத்திலிருந்தும் பிறக்கப்போகும்

வருங்கால நாகரிகம், இரண்டு நாகரிகங்களையும் நன்றியுடன் பழங்காலத்தின் சின்னங்களாகப் பார்க்கும்.

முன்னேற்றத்தின் சாத்தியம்

முன்னேற்றத்தை விரும்பும் மனிதர்களுடன் ஆலோசனை செய்யாமல் இருக்கப் பழைய நாகரிக தலைவர்கள் முடிவுசெய்வது சரியானதேயாகும். ஏனென்றால், பழைய நாகரிகங்களுக்கு, அவற்றின் பெருமைகளும், சாத்தியங்களும் பழைய கதையாகி விடுகின்றன. எனவே அவை பழைய வேகத்தை மீண்டும் அடைவது சாத்தியமில்லை என்று வரலாற்றுப் பயிற்சி நமக்குச் சொல்கிறது. தாங்கமுடியாத முட்டாள்தனமோ அல்லது அதுபோன்ற வெறித்தனமோ இந்த உண்மையை உணரமுடியாது செய்யும். நாகரிகங்கள் முன்பு தெரியாமலும், விபத்தினாலும் வளர்ச்சி அடைந்தது என்றால், இப்போது மனிதர்கள் நாகரிக வளர்ச்சியைத் திட்டமிட்டுச் செய்யலாம். அவர்கள் மனிதக் குலத்தின் முன்னேற்றத்திற்கு, அவர்களின் வளர்ச்சிக்கும், பயிற்சிக்கும், கல்விக்கும் பூமியை ஒரு பொருளாதாரச் சக்தியாக வளர்ப்பதற்கும் தேவையான நல்ல நிலையைத் திட்டமிட்டும், ஒவ்வொரு மனிதனின் சாத்தியங்களை ஆராய்ந்து, அதற்கேற்ற முறையில் அவர்களைத் தேர்ந்தெடுக்கலாம்.

இந்தப் புதிய திட்டமிட்ட நாகரிக வளர்ச்சி, சிந்திக்காத மிருக, தாவர வளர்ச்சியைக் கொண்டு வந்த பழைய நாகரிகத்தைக் கொன்று வளர்ந்து வருகிறது. முன்னேற்றத்தைச் சந்தேகமாகப் பார்ப்பதையும் அது அழித்துவிட்டது. முன்னேற்றம் சாத்தியமே. நான் சொல்ல வருவது, கட்டாயம் முன்னேற்றம் இருக்கும் என்று அவசரமாகவும், யோசிக்காமலும் சொல்வது அல்ல; ஆனால் முன்னேற்றம் சாத்தியம் என்பதை எப்படிச் சந்தேகப்பட முடியும்?

இன்னொரு வகையில், பழைய நாகரிகங்கள் போன்ற முன்னேற்றம் என்பதை இப்போது யோசிக்கவும் முடியாது. முன்னேற்றம் என்ற வார்த்தை, பழமையான தேசிய நாகரிகங்களின் சில குறிப்பிட்ட நோக்கங்களையும், முடிவுகளையும் நோக்கிய கற்பனைவாதத்தைக் குறித்தால், அதற்கு முன்னேற்றத்தின் அர்த்தம் எப்போதும் பழைய காலத்தில் இருந்து வருவதால் மட்டுமே. இப்படியான முன்னேற்றம் பற்றிய கருத்தும், உருவமும் சிறிதும் சுயம் என்பது இல்லாததாகும்.

தனியொழுக்கமும் உலக ஒழுக்கமும்

கடவுள் என்பவர் உலகின் விதியைத் தீர்மானிக்கிறார் என்பதில் இருந்த நம்பிக்கை அழிந்து வருவதால், மனிதக் குலத்தின் பாதை எவ்வளவு வளைந்தும், நெளிந்தும் இருந்தாலும், அது முன்னோக்கியே இருக்கிறது. மனிதர்கள் உலகை அணைத்துத் தாங்கள் செல்லும் இடத்தின் பாதையைத் தாங்களே செய்துகொள்ள வேண்டும். பழைய ஒழுக்க நெறிகள், காண்டின் (Kant) நெறிகளைப் போன்று தனி மனிதன், அனைவரும் எந்தப் பாதையில் செல்லவேண்டும் என்று விரும்புகிறானோ, அந்தப் பாதையில் செல்லவேண்டும் என்கிறது. இது எளிதாக மனிதக் குலம் மொத்தத்திற்கும் எது நன்மை என்பதைத் தனியாக ஒருவன் தீர்மானிக்க முடியும் என்றும், எந்தப் பாதையில் செல்லமுடியும் என்பதையும் அவனே தீர்மானிக்கலாம் என்றும் சொல்கிறது! பொருட்கள் எல்லாம் இணக்கமாக ஏதோ ஒரு முன்னேற்ற விதியின்படி இருக்கும் என்று சொல்லும் போட்டிகளின் சுதந்திரம் என்ற கருதுகோளை ஒத்து இருக்கிறது.

மனிதக் குலத்தின் தேவைகளைப் பின்னர் யோசிக்கும்போது, ஒரே விதியின்படி மனிதர்கள் தங்கள் நடத்தையைத் தொடர்வது தேவையில்லை என்றும் முடிவெடுக்கலாம்; சில குறிப்பிட்ட குறிக்கோள்களை நோக்கி மனிதர்கள் செல்லும்போது, மனிதர்கள் தங்கள் நடத்தையைச் சிறப்பான பொருட்களை நோக்கியும், சில நேரங்களில், தீமையான பொருட்களை நோக்கியும் தொடர வேண்டி வரும். எப்படியானாலும், மனிதர்கள் அனைவரும் ஒரே நடத்தை விதியைத் தொடரவேண்டும் என்ற விதியின்படி நாசமாகப் போகவேண்டும் என்றால், அந்த விதி குறைந்தது கலாசாரத்தின் நிலை பற்றிய அறிவை எட்டுவதாகவும், அதுவே பிரபஞ்ச முடிவுகளை நோக்கிய அறிவியல் பாதையின் ஒப்பீடாகவும் இருக்கவேண்டும். இதுவே அடுத்த நூற்றாண்டின் பெரும் அறிவாளிகளின் பணியாகும்.

எதிர்வினையே முன்னேற்றமாக

சில நேரங்களில், சக்தி வாய்ந்த, கடுமையான பின்தங்கிய ஆத்மாக்கள் மனிதக் குலத்தின் வரலாற்றின் சில பிந்தைய காலத்தைத் திரும்பவும் கொண்டு வர முயலுகிறார்கள். அவர்கள் எதிர்க்கும் புதிய பாதைகள், இன்னமும் பலம் பெறவில்லை என்பதையும், இன்னமும் அவற்றில் ஏதோ

குறைகிறது என்பதையுமே இது காட்டுகிறது; அவ்வாறில்லை என்றால், இந்தப் புதிய பாதைகள், பழங்காலத்திற்கு இழுக்கும் விளைவுகளை நன்றாகவே தவிர்த்துவிடும். எனவேதான் லூதரின் சீர்திருத்தம் (கிறிஸ்துவச் சீர்திருத்தவாதி) நடந்தபோது, ஆத்மாவின் சுதந்திரம் என்பது நிச்சயமில்லாமலும், பலமில்லாமலும், முதிராமலும் இருந்தது என்பதையே காட்டுகிறது. அறிவியல் தன் தலையைத் தூக்கவும் முடியவில்லை. உண்மையில், மொத்த மறுமலர்ச்சிக் காலமும், முன்கூட்டியே வந்த வசந்தத்தில் பனி விழுந்தது போல இருக்கிறது.

இந்த நூற்றாண்டிலும், ஸ்கோபன்ஹவரின் மீவியற்பியல், இன்னமும் அறிவியல் ஆர்வம் சக்தி வாய்ந்ததாக இல்லை என்று காட்டுகிறது; ஏனென்றால் மொத்த இடைக்காலக் கிறிஸ்தவ உலகப்பார்வையும், மனிதனைப் பற்றிய கருத்தும் கிறிஸ்தவ அடிப்படைவாத கொள்கை மெதுவாகக் கொண்டு வந்த அழிவைக் கருத்தில் கொள்ளாமல் ஸ்கோபன்ஹவரின் கொள்கைகளை மிகுதியாகக் கொண்டாடியது. அவரது கொள்கைகளில் அறிவியல் பார்வை இருந்தாலும், பழைய, காலாவதியான ‘மீவியற்பியலின் தேவையை’ பேசி, அறிவியலைக் குறைத்துவிடுகிறார். ஸ்கோபன்ஹவரின் கருத்துகளின் மிகப் பெரிய, விலை மதிப்பில்லாத நன்மை என்னவென்றால், அது நமது உணர்வுகளை, தற்காலிகமாகவேனும், பழைய மனித, பிரபஞ்சக் கருத்துகளுக்கு எளிதாக நம்மைக் கொண்டு செல்கிறது. வரலாற்றிற்கும், நீதிக்கும் கிடைக்கும் பயம் மிகவும் அதிகமாகும். ஸ்கோபன்ஹவரின் துணையில்லாமல் இப்போது கிறிஸ்துவத்தையும், அதன் ஆசிய உறவினர்களையும் நியாயப்படுத்துவது எளிதாக இருந்திருக்காது என்று நான் நம்புகிறேன்.

இன்னமும் கிறிஸ்துவம் இங்கு இருப்பதைப் போன்று நம்பமுடியாததாக இருக்கிறது. நீதிக்கு இந்தப் பெரும் வெற்றியைக் கொடுத்த பிறகு, கல்வியின் காலம் கொண்டு வந்த வரலாற்றுப் பார்வையை நாம் சரி செய்துகொண்ட பிறகு, நாம் அறிவொளியின் பதாகையை இன்னமும் முன்னோக்கி எடுத்துச் செல்வோம். பதாகையில் மூவரின் பெயர்கள் இருக்கும்; பெட்ராச், எரசமஸ், வோல்டைர் (Petrarch, Erasmus, Voltaire). எதிர்வினையில் இருந்து முன்னோக்கி ஓர் அடி எடுத்து வைத்துவிட்டோம்.

மதத்திற்கு மாற்றுத் தத்துவம்

மதத்திற்கு மாற்றாக இருக்கிறது என்பதற்காக அதைப் பரிந்துரைச் செய்பவர்கள் இருக்கிறார்கள். அறிவின் பயிற்சி என்பது சிந்தனையை நேராகவும், வசதியாகவும் முன் வைக்க வேண்டுவது. மதத்தில் இருந்து அறிவியலை நோக்கிச் செல்வதற்கு மிகவும் சக்திவாய்ந்த, ஆபத்தான தாவல் தேவைப்படுகிறது. அதைச் செய்வதும் தேவையல்ல. இதை உணர்ந்தால், தத்துவத்திற்கான பரிந்துரை சரியானது என்பது தெரியலாம். அதே நேரத்தில், மதம் சார்ந்த தேவைகளும் - இப்போது அறிவியல் சார்ந்ததாகப் போகும் தேவைகள் - மாற்றமடையாமல் இருக்கத் தேவையில்லை. உதாரணமாக, கிறித்துவர்களின் ஆத்ம-தேவை, ஒருவரின் உள்ளச் சீர்கேடு, ஆத்ம ரட்சிப்புத் தொடர்பான கவலைகள் போன்றவை அறிவின் தவறுகளால் ஏற்படுபவை. அவற்றுக்கு மாற்று எதுவும் தேவையில்லை. அவற்றை முழுவதுமாக அழித்துவிடுவதே நல்லது. இந்தத் தேவைகளைத் தத்துவம் அவற்றுடன் சமாதானமாகச் சென்றோ அல்லது அவற்றின் தேவைக்கான காரணங்களை அறிவியல் தகர்த்துவிட்டதால், அவற்றை நிராகரித்தோ நிறைவேற்றலாம். எனவே இந்த மாற்றத்தைக் கொண்டு வர - உள்ளம் உணர்வுகளால் பொங்கி விடுவதால் - கலைகளை உபயோகிக்கலாம். இந்தக் காரணங்களுக்கான ஆதரவு, மீவியற்பியல் தத்துவத்தைவிடக் கலைகளில் குறைவாகவே இருக்கிறது. அதன் பின்னர், கலைகளில் இருந்து தத்துவ அறிவியல் தரும் விடுதலைக்குச் செல்வது எளிதாகும்.

மதிப்பற்ற வார்த்தைகள்

நன்மையை எதிர்நோக்குதல் அல்லது நன்மையை நம்பாதிருத்தல் போன்ற வார்த்தைகளை நாம் ஒழித்துக் கட்டவேண்டும்! அவற்றைத் தினமும் உபயோகிக்க வேண்டிய தேவை குறைந்துகொண்டே வருகிறது; பொருளின்றிப் பேசுபவர்கள் மட்டுமே அவற்றை உபயோகிக்கிறார்கள். எல்லா உலகிலும் சிறந்த உலகை உண்டாக்கிய, நன்மையும், பூரணமான கடவுளின் மீது நம்பிக்கை இருந்தாலே தவிர, நன்மையை மட்டுமே எதிர்நோக்குவதற்கு என்ன காரணம் இருக்க முடியும்? அறிவின் யோசனை உடைய மனிதனுக்கு எதற்காகக் கடவுள்?

அதுபோலவே, கடவுளின் தூதர்களான ஆன்மிகவாதிகளையோ, ஆன்மிகத் தத்துவவாதிகளையோ

எதிர்ப்பதற்கும், அதற்கு நேரெதிராகத் தீமையே வெல்லும் என்று சொல்வதற்கும், மகிழ்ச்சியை விடச் சோகமே மேலானது என்று சொல்லவும், உலகம் அரைகுறையான முறையில் இருக்கிறது என்பதற்கும், நிகழ்வுகள் எல்லாமே ஏதோ தீய ஆவிகளின் உதவியுடன் நடக்கிறது என்று நம்பினாலே தவிர, நம்பிக்கையின் மீதான நன்மையை நம்பாமலிருக்க என்ன காரணம் இருக்க முடியும்? ஆனால், ஆன்மிகவாதிகளைப் பற்றி, அவர்களைத் தவிர, வேறு யார் கவலைப்படப் போகிறார்கள்?

ஆன்மிகம் அல்லது ஆன்மிக எதிர்ப்பு பற்றிய பேச்சைத் தவிர்த்தால், உலகம் என்பது நன்மையையும் இல்லை, தீயதும் இல்லை (சிறப்பாகவோ, மோசமாகவோ இருப்பதைப் பற்றியும் பேசத் தேவையில்லை.) நன்மை அல்லது தீமை போன்ற கருத்துகள் மனிதர்களை முன்னிட்டே வருகின்றன. இல்லை எனில், அவற்றை நாம் உபயோகப்படுத்தும் விதத்தில், அவற்றிற்கு எந்த முக்கியத்துவமும் இல்லை. அவற்றைக் கண்டனம் தெரிவித்தே, புகழ் பாடியோ பார்ப்பதை நிராகரிக்கவேண்டும்.

மலர்களின் நறுமணத்தால் மயங்குதல்

மனிதக் குலத்தின் கப்பலில் மேலும் மேலும் சரக்குகள் ஏற, ஏற ஆழமாகச் செல்கிறது. மனிதன் ஆழமாகச் சிந்திக்கும்போது, மிகவும் நேர்த்தியாக உணரும்போது, தனக்குத் தானே அவன் உயர்ந்த வரைமுறைகளை வகுத்துக் கொள்ளும்போது, மற்ற மிருகங்களிடம் இருந்து அவன் தூரமாக விலகும்போது, மிருகங்களிடையே அவன் மிகவும் அறிவாளியாகத் தெரியும்போது அவன் உலகின் இயற்கைக்கு அருகாமையிலும் அதன் அர்த்தத்தை உணரும் நிலைக்கும் செல்கிறான் என்று நம்பப்படுகிறது. இதை அவன் அறிவியல் வழியிலேயே செல்கிறான், ஆனால் மதங்களின் மூலமும் கலைகளின் மூலமும் இதை இன்னமும் சரியாகச் செய்யமுடியும் என்று நினைக்கிறான். இவை எல்லாம் உலகம் பூத்துக் குலுங்குவதைப் போன்றது. எனவே இது உலகின் வேர்களுக்கு அருகில் இல்லாமல் அதன் மேல் தண்டுகளின் அருகிலேயே இருக்கிறது. எனவே அவற்றில் இருந்து உலகைப் பற்றி எதையும் அறிந்துகொள்ள முடியாது. ஆனால் அனைவரும் அதற்கு நேர்மாறாகவே நம்புகிறார்கள். மதங்கள், கலைகள் போன்ற பூக்களை முன்னே கொண்டு வர; மனிதனின் தவறுகள் அவனை ஆழமாகவும், உணர்ச்சிகரமாகவும்

கற்பனைத்திறனுடனும் செய்து இருக்கிறது. வெறும் பயம் மட்டுமே அதைச் செய்ய முடியாது. உலகின் சாரத்தை நமக்குச் சொல்லும் எவரும் நம்மை ஏமாற்றத்தில் இருந்து வெளிக்கொண்டு வருவார்கள். பொருண்மையான உலகு அல்ல, உலகம் என்ற கருத்தே ஆழமான, அற்புதமான மகிழ்ச்சியையும், மகிழ்ச்சியின்மையையும் தனது கருவில் சுமந்து கொண்டிருக்கிறது. இந்த முடிவில் இருந்தே உலகை மறுப்பது என்ற தத்துவம் வருகிறது; அதை எந்த விதத்திலும் நடைமுறை உலகிலும், அதன் நேர்மாறான உலகிலும் ஒன்றாக இணைக்கலாம்.

முடிவெடுப்பதில் இருக்கும் தீயப் பழக்கங்கள்

மிகவும் தவறான முடிவுகள் எடுப்பதற்கு முதன்மையான காரணம்; ஒரு பொருள்இருப்பதாலேயே, அது சரியானதாக இருக்கவேண்டும் என்று நம்புவது இங்கு வாழ்வதற்கான தகுதியில் இருந்து அதன் தன்மை உணரப்பட்டு, அந்தத் தன்மையே அதற்கான நியாயமாகக் கருதப்படுகிறது. மேலும், ஒரு கருத்து நமக்கு மகிழ்ச்சியைத் தருகிறது, எனவே அது உண்மையாக இருக்கவேண்டும். அதன் விளைவுகள் நன்றாக இருக்கின்றன, எனவே அது உண்மையாகவும், நன்றாகவும் இருக்கவேண்டும். இங்கே அதன் விளைவு மகிழ்ச்சி தருவதாகக் கணிக்கப்படுகிறது, அதன் உபயோகத்தில் நன்றாக இருப்பதாகவும் கணிக்கப்படுகிறது. அதுபோலவே, அதன் காரணம் நன்றாக இருப்பதாகவும், ஆனால் தர்க்க வாதத்தில் செல்லுபடியாகும் வகையில் இருப்பதாகவும் கணிக்கப்படுகிறது. மாறாக, இன்னொரு கூற்று இப்படியாகச் செல்லும்; ஒரு பொருள் வெற்றி அடையவில்லை என்பதாலும் அதனால் தன்னைத்தானே காத்துக் கொள்ளவில்லை என்பதாலும் அது தீயதாக இருக்கவேண்டும். ஒரு நம்பிக்கை தொந்தரவாக இருக்கிறது, நம்புபவருக்கு வலியைத் தருகிறது, எனவே அது பொய்யாக இருக்கவேண்டும். இந்த முறையில் எடுக்கப்படும் முடிவுகளில் இருக்கும் தவற்றை உணர்ந்த, அதனால் ஏற்படும் விளைவுகளை உணர்ந்த சுதந்திர ஆன்மாவிற்கு இதன் நேர்மாறான முடிவுகளுக்கு வருவதற்கான தூண்டுதல் அதிகமாக இருக்கும். (அவை பொதுவாக தவறாகவே இருக்கும்.) ஒரு பொருளால் தன்னைச் சோதித்துக்கொள்ள முடியவில்லை, எனவே அது நன்றாகவே இருக்கும். ஒரு நம்பிக்கை தொந்தரவாக இருந்தால் அது உண்மையாக இருக்கவேண்டும்.

முரண்பாட்டின் அவசியம்

சிந்திப்பவர்களைத் திசை திருப்பும் விவரங்களில் ஒன்று முரண்பாடுகளின் அவசியமும், முரண்பாட்டில் இருந்து நல்ல விஷயங்கள் தோன்றும் என்ற எண்ணமும்தான். நமது உணர்விலும் மொழியிலும் கலையிலும் மதங்களிலும் எல்லாவற்றிற்கும் மேலாக, வாழ்விற்கு முக்கியமான எல்லாவற்றிலும் முரண்பாடு என்பது மிகவும் ஆழமாக இருக்கிறது. அதை அவற்றிலிருந்து விலக்க முயல்வது அவற்றை எல்லாவிதத்திலும் காயப்படுத்துவதிலேயே முடியும். மிகவும் எளிமையாக யோசிக்கும் மனிதர்கள் மட்டுமே இயற்கையை எல்லாவிதத்திலும் தர்க்கரீதியாக மாற்ற முடியும் என்று நம்புவார்கள். ஆனாலும், இந்த லட்சியத்தை நோக்கிய பாதை இன்று இருந்தாலும், செல்லும் வழியில் இழக்கவேண்டியது எத்தனை! மிகவும் பகுத்தறிவுடைய மனிதனுக்கும் இயற்கை அவ்வப்பொழுது தேவைப்படுகிறது. அதுவே எல்லாப் பொருட்களின் முரண்பாடான அடிப்படை உறவாகும்.

அநீதியின் அவசியம்

மனித வாழ்வின் மதிப்பு பற்றிய தீர்ப்புகள் எல்லாம் முரண்பாடுகளின் மூலமே உருவானது. எனவே, அநீதியானது. தீர்ப்பின் களங்கம் முதலில், எந்தப் பொருளை நாம் நோக்குகிறோமோ, அதை முழுமையாகச் செய்வதில்லை என்பதில் ஆரம்பிக்கிறது; இரண்டாவதாக இதை நாம் முழுமையாகக் கட்டமைக்கும் வழியில் இருக்கிறது; மூன்றாவதாக, கட்டமைக்கப்பட்ட முழுமையின் ஒவ்வொரு பொருளும், கட்டாயமான தேவையின் காரணமாக, குறைபாடுள்ள நோக்குடனே இருக்கிறது. மனிதனைத் தர்க்கரீதியாக முழுமையாக மதிப்பிடத் தேவையான எந்த அறிவும், அவன் எவ்வளவு அருகில் இருந்தாலும், முழுமையாக இருக்காது; மதிப்பிடுவது சுருக்கமாக மட்டுமே இருக்கும். நம்மை நாமே அளவிடும் நிர்ணயங்கள் மாறக்கூடாதவை அல்ல; நமக்கும், நம்மைச் சுற்றி இருக்கும் பொருள்களின் உறவின் இயற்கையை நிறுவ முற்படும்போது, நாம் நம்மையே மாறாத தர நிர்ணய அளவு என்பதை உணரவேண்டும்.

இவற்றில் இருந்து ஒருவேளை, நாம் எந்த விதமான மதிப்பீடுகளையும் உருவாக்கிக் கொள்ளவேண்டும் என்று இதில் இருந்து முடிவுக்கு வரலாம்; அப்படி எந்த

மதிப்பீடும் இல்லாமல், வெறுப்புடன் இல்லாமல், பாகுபாடு பார்க்காமல் வாழமுடியும் என்றால் எப்படி இருக்கும்! எல்லாவற்றையும் மதிப்பிடுவதும், பாகுபாடு பார்ப்பதும் மட்டுமே எல்லா விதங்களிலும் வெறுக்கப்படுகிறது. ஒரு பொருளை நோக்கிய அல்லது அந்தப் பொருளில் இருக்கும் நமது சார்பு, அதனுடன் கிடைக்கும் பயன் அல்லது தீங்கைப் பற்றிய உணர்வைச் சார்ந்தே இருக்கும். அது போன்ற நாம் விரும்பும் முடிவைப் பற்றிய மதிப்பீடு இல்லாமல் சார்பு நிலை எடுப்பது என்பது மனிதனால் முடியாத காரியமாகும். நாம் ஆதியில் இருந்தே முரண்பாடான உயிர்கள், எனவே அநீதியானவர்கள். நமது இருப்பின் மிகப் பெரும், குழப்பமான முரண் இது என்பதை நம்மால் உணர முடியும்.

தேவையான வாழ்வின் பொருட்டு வாழ்வதன் பிழை

வாழ்வின் மதிப்பிலும், தகுதியிலும் நமக்கிருக்கும் ஒவ்வொரு நம்பிக்கையும், பிழையான சிந்தனையால் வருவது; இந்தக் காரணத்தினாலேயே பொதுவாக வாழ்வின் மீதான பரிவும், மனிதக் குலத்தின் துயரமும் தனிமனிதர்களில் பிழையான வகையில் உருவாகி இருக்கிறது. தங்களுடைய ஆளுமையைத் தாண்டி யோசிக்கக்கூடிய அபூர்வ மனிதர்களுக்கும் பொதுவாக வாழ்வை முழுவதுமாகப் பார்க்க முடிவதில்லை. அவர்களும் சிறு பகுதியையே பார்க்கிறார்கள். சிறந்த மனிதர்கள் மற்றும் தூய ஆத்மாக்கள் போன்ற அபூர்வமானவர்களை மட்டும் நமது முழுமையான கவனத்தில் எடுத்துக்கொண்டு, உலகம் முழுமையாகப் பரிணாம வளர்ச்சியை அடைந்துவிட்டது என்றும், அதனால் வாழ்வின் மகிழ்வை அடைந்து, வாழ்வின் மதிப்பில் நம்பிக்கை வருமானால், அதில் நாம் மனிதக் குலத்தின் மற்ற நபர்களை விலக்கி விடுகிறோம்; எனவே, இதுவும் குறைபாடுடைய சிந்தனையின் வெளிப்பாடே. அல்லாமல், நாம் மனிதக் குலம் மொத்தத்தையும் கருத்தில்கொண்டு, அதில் உணர்ச்சி வேகம் கொண்டவர்களை ஆராய்ந்து, அதில் வேறு உணர்ச்சிகள் கொண்டவர்களைப் பிடிக்கலாம்; அப்போது, மனிதர்கள் அனைவரையும் சிறிது நம்பிக்கை கொள்ளலாம் அதுவே வாழ்வின் மதிப்பின் மீதான நம்பிக்கையாகலாம். அதுவும் குறைபாடுடைய சிந்தனையின் வெளிப்பாடே.

எத்தகைய மனப்பான்மையை ஒருவர் கொண்டிருந்தாலும், அவர், அந்த மனப்பான்மையைக் கொண்டதனாலேயே

மனிதர்களில் தனித்து நிற்கிறார். மனிதக் குலத்தின் பெரும்பாலானோர் வாழ்வை, எந்தப் பெரிய எதிர்ப்பும் இன்றியே, வாழ்கின்றனர். அவர்கள் தாங்களாகவே முடிவெடுத்து வாழ்வதாலும், மேலே சொன்ன ஆளுமைகளைப் போலத் தனித்துத் தெரிய எந்த முயற்சியும் எடுப்பதில்லை என்பதாலும், இருத்தலின் மதிப்பை நம்புகின்றனர்; அவர்களின் தனிப்பட்ட இருப்பின் வெளியே இருக்கும் எதையும் அவர்கள் பார்ப்பதில்லை, பார்த்தாலும் அவை அவர்களுக்கு வெறும் நிழலாகவே தெரியும். எனவே, வாழ்வின் மதிப்பு என்பது, மனிதர்களில் பெரும்பாலானோருக்கு, தங்களைச் சுற்றியுள்ள உலகைவிடத் தங்களுக்கு மட்டுமே முக்கியத்துவம் கொடுப்பதில் உள்ளது. தன்னைத் தவிர வேறு எவரின் உணர்ச்சிகளையும் புரிந்துகொள்ள முடியாததற்கு, அவர்களால் அதைக் கற்பனை செய்துகொள்ள முடியாததே காரணம். எனவே அவர்களால் பிறரின் வாழ்வை, அவர்களின் துயரை உணரவே முடிவதில்லை. மாறாக, பிறரின் மீது அனுதாபம்கொள்ளக் கூடியவர்களால், வாழ்வின் மதிப்பைச் சந்தேகப்படாமல் இருக்க முடியாது; மனிதக் குலத்தின் மொத்த உணர்வையும், ஒருவரால் மொத்தமாக உணர முடியும் என்றால், அவர் இருத்தலின் சாபத்தை உணர்ந்து நிலைகுலைந்து போவார். மொத்தத்தில், மனிதக் குலம் எந்தக் குறிக்கோளுமற்று இருக்கிறது; எனவே மனிதன் ஆறுதல்கொள்ளவோ, பற்றிக்கொள்ளவோ எதுவும் இருப்பதில்லை. மாறாக வாழ்வில் துயரம்கொள்ள மட்டுமே காரணம் இருக்கிறது.

மனிதக் குலத்தின் இறுதி நோக்கமின்மையை உணரவேண்டி ஒருவர் உடனடியாக இருக்கும் பொருட்களைத் தாண்ட நோக்கினால், அவருடைய நடத்தையே, அவருடைய பார்வையில் எல்லாவற்றையும் தூக்கி எறிவதாக உணர்வார். தனி ஒருவனாக மட்டும் இல்லாமல், இயற்கை கீழே விழுந்த இலைகளைச் சுழற்றி எறிவதுபோல மனிதக் குலமும் எறிவதை உணர்வது என்பது உணர்ச்சிகளை எல்லாம் தாண்டிய உணர்வுகளாகும். 'ஆனால், யாரால் இதை உணர முடியும்?' ஒரு கவிஞன் மட்டுமே உணர முடியும்; கவிஞர்களே தங்களைத் தாங்களே தேற்றிக்கொள்ள முடிந்தவர்கள்.

அமைதிக்காக

இந்த வகையில் நமது தத்துவம் ஒரு சோக நாடகம் ஆகிவிடாதா? உண்மை இங்கே வாழ்வின், மேனிலையின்

எதிரி ஆகிவிடாதா? நமது நாக்கில் கேள்வி ஒன்று தொக்கி நிற்கிறது. நாம் அதைக் கேட்கவும் யோசிக்கிறோம்; ஒருவர் தெரிந்தே உண்மையில்லாததன் களத்தில் நின்று கொண்டிருக்க முடியுமா? அப்படியாக நிற்கத்தான்வேண்டும் என்றால், மரணம் அதைவிடத் தேவலை என்று ஆகிவிடாதா?

ஏனென்றால், இப்போது நம்மிடம் கட்டாயமான 'தார்மீக நெறி' என்பது இல்லை; ஏனென்றால், நாம் தார்மீக நெறியை நமது மேலே சொன்ன பார்வையின்படி மதம் என்று வகைப்படுத்தி அழித்துவிட்டோம். நமது அறிவு இப்போது மகிழ்ச்சியும், வலியும், பயன்களும், பாதகங்களும் மட்டுமே நமது காரணங்களாக இருக்க அனுமதிக்கிறது. இந்தக் காரணங்களை, எப்படி நமது உண்மையை நோக்கிய விருப்பத்திலிருந்து வேறுபடுத்துவது?

அவையும் தவறுகளின் மீதே கட்டமைக்கப்பட்டுள்ளது. மேலே சொன்னபடி, பாகுபாடு பார்ப்பதும் விருப்பங்களும், அவை குறித்தான மதிப்பீடுகளும், நமது மகிழ்ச்சியையும், வலியையும் மாற்றக்கூடியவை. மனித வாழ்வின் முழுமையும் உண்மையில்லாததே நம்மை ஆக்கிரமித்திருக்கிறது. தன்னுடைய முழுமையான கடந்தகாலத்தையும் மறுக்காமல், தன்னுடைய நடத்தையும் காரணங்களை அறிந்துகொள்ளாமல், எதிர்காலத்தைப் பற்றிய நம்பிக்கைகளையும், எதிர்கால மகிழ்ச்சியைப் பற்றிய எண்ணங்களையும் நோக்கி கண்டனமும், வெறுப்பும் கொள்ளாமல், இந்தக் குழியில் இருந்து தனி ஒருவனால் வெளியில் எடுக்க முடியாது. அப்படியென்றால், ஒருவரின் சிந்தனை வழியில், தனிப்பட்ட முறையில் மிகுதியான சோகத்தையும், ஒரு கருதுகோளாகச் சிதைவையும், நசிவையும், தன்னை அழித்துக்கொள்வதையும் கொண்டு வரும் தத்துவமாக இருப்பதுதான்உண்மையா?

சிந்தனையின் பின்விளைவாக, மனிதனின் மனோபாவம் இருப்பதே முடிவான விளைவு என்று நான் நம்புகிறேன்; மேலே சொன்ன பின்விளைவுடன், நான் இன்னொன்றையும் சேர்த்துக் கூறுவேன். தற்போதைய வாழ்வின் தொந்தரவுகள் இல்லாமல், இன்னமும் எளிய வாழ்வை நம்மால் வாழமுடியும் என்பதே அது; முதலில், பழக்கத்தின் காரணமாக, நமது வெறிகொண்ட வேட்கை இருக்கத்தான் செய்யும். ஆனால், சுத்தப்படுத்தும் சிந்தனைகளின்

தாக்கத்தில் அது மெதுவாக வலுவிழந்துவிடும். அதன் பின்னர், மனிதன், பிற மனிதர்களின் இடையே, அவனது இயற்கை நிலையில், புகழ்ச்சியோ, இகழ்ச்சியோ, போட்டிகளோ இல்லாமல், நாடகம் ஒன்றைப் பார்ப்பது போன்று, முந்தைய வாழ்வில் தனக்குப் பயங்கரமாகத் தெரிந்த அனைத்தையும் பார்த்துக்கொண்டு வாழ்வான். மனிதன் இயற்கை இல்லை என்றோ, இயற்கையைவிட உயர்ந்தவன் என்றோ எந்தச் சிந்தனையும் இன்றி, வேறெந்த அழுத்தமும் இல்லாமல் வாழ்வான்.

இப்படியான வாழ்விற்கு முன் சொன்னது போல, நல்ல மனோபாவமும், இயற்கையாகவே மகிழ்ச்சியான அமைதியான, தைரியமான ஆன்மாவும், தன்னுடைய விசித்திரமான போக்கையும் திடீர் மாற்றங்களையும் தடுத்துக் காக்கக் கூடிய குணமும் பல நாள்களாகக் கட்டிப் போட்டிருந்த வயதான நாய்களைப் போலவும் வயதான மனிதர்களைப் போலவும் கடுகடுப்பாகவும் உறுமிக்கொண்டும் இருக்காத பேச்சும் இருக்கவேண்டும். வாழ்வின் சாதாரண விலங்குகள் எல்லாம் இவ்வாறு பெருமளவில் நீங்கிவிட்ட நிலையில் வாழும் மனிதன், தன் அறிவை வளர்த்துக்கொள்ளவும், பொறாமையோ, ஏமாற்றமே இல்லாமல் மனிதர்கள் மதிக்கும் (கிட்டத்தட்ட) அனைத்தையும் விட்டு விலகியும் இருக்கவே முனைவான். மனிதர்கள், பழக்கங்கள், சட்டங்கள், மரபுகள், பொருட்களின் மீதான பாரம்பரிய மதிப்பீடுகள் என அனைத்தின் மீதும் சுதந்திரமாக பயமின்றி எல்லா நேரங்களிலும் மிதக்கவும் செய்வான். அந்தச் சூழலின் மகிழ்ச்சியை அவன் அனைவரிடமும் பகிர்ந்துகொள்வான். துறவையும், சுயம் மறுத்தலையும் கொண்ட அவனது வாழ்வில் பகிர வேறெதுவும் இல்லை. அவனிடம் அதனின் மேலேவேண்டும் என்று கேட்டால், அவன் தனது தலையை அசைத்து தனது சகோதரனான உண்மையும் சுதந்திரத்தையும் கொண்ட மனிதனைக் காட்டுவான். அதில் சிறிதளவும் கண்டனம் இருக்காது. ஏனென்றால் அவனது சுதந்திரத்தில் கதை ஒன்று இருக்கிறது.

2

தார்மீக உணர்வுகளின் வரலாறு

உளவியல் அவதானிப்புகளின் பயன்கள்

மானுடம், எல்லாமே மானுடம்தான் என்ற சிந்தனை (படித்தவர்களின் வார்த்தைகளில் உளவியல் அவதானிப்பு) வழியாக வாழ்வின் பாரம் குறைவாகும். சிரமமான நேரங்களைச் சமாளிக்க நமக்குத் தேவையான அறிவும் அலுப்பூட்டும் நேரத்தில் நமக்குக் கேளிக்கையும் வாழ்வின் முட்கள் நிறைந்த, கவலை கூடிய பாதையில் பழமொழிகள் (aphorisms) நமக்கு உற்சாகத்தைக் கொடுக்கும். முந்தைய நூற்றாண்டுகளில் அப்படியே நம்பப்பட்டது. குறைந்தபட்சம் ஐரோப்பா மற்றும் ஜெர்மனியில், இந்த நூற்றாண்டில் ஏன் இது மறக்கப்பட்டது?

உளவியல் அவதானிப்பின் குறைபாடு குறித்து யாருக்கெல்லாம் முன்னே தோன்ற வேண்டுமோ, அவர்களுக்கெல்லாம் பல வழிகளிலும் தோன்றியிருக்கவேண்டும். குறிப்பாகக் கதைகள் வழியாகவும், காட்சிகள் மூலமாகவும், தத்துவப் பார்வைகளைக் கூறுபவர்களால் சொல்லப்பட்டிருக்கவேண்டும். பொது நிகழ்வுகள், பெரியோர்களின் பேச்சுக்களில் மட்டுமல்ல, பொதுச் சமூகத்திலும், மனிதர்களைப் பற்றிப் பேசும் சமயத்திலும் மனிதனின் உளவியல் பற்றிய பகுப்பாய்வு பற்றி எதுவும் சொல்லப்படுவதில்லை. இதுபோன்ற தீயதல்லாத, செழுமையான பொழுதுபோக்கை நாம்

ஏன் பொருட்படுத்துவதில்லை? உளவியலின் மிகப் பெரிய மேதையை நாம் ஏன் வாசிப்பதில்லை?

இதற்கான காரணத்தை எந்த மிகைப்படுத்துதலும் இல்லாமல் கூறலாம். லா ரூச்போகௌல்டையும் (François de La Rochefoucauld - *17ம் நூற்றாண்டு தத்துவவியலாளர்*), அவரது கலை, சிந்தனை எழுத்துகளைப் படித்தவர்களை ஐரோப்பாவில் காண்பது அரிதாகிவிட்டது. அதைத் தெரிந்து அவமதிக்காதவர்களைக் காண்பது இன்னமும் அரிதாகிவிட்டது. இந்த வாசகர்கள், கலைஞர்களின் எழுத்திலும், அவர்களின் எழுத்துமுறையிலும் குறை கண்டுபிடிக்கிறார்கள். பழமொழிகளை உண்டாக்குவதில் பயிற்சியும், அதற்கான போட்டியில் ஈடுபட்டிருந்தாலும் தவிர, அதை எழுத்துமுறையாகப் பாராட்டவும் ஒரு நுட்பமான அறிவு வேண்டியிருக்கிறது. அந்தப் பயிற்சி இல்லாமல், இப்படி உருவாக்குவதை எளிதான காரியமாகவே அவர்கள் கருதுகிறார்கள். அப்படி உருவாக்குவதில் உள்ள மகிழ்ச்சியையும், வெற்றியின் ஈர்ப்பையும் உணரும் அளவிற்கு அவர்கள் உணர்வோடு இல்லை. எனவே, பழமொழிகளின் இன்றைய வாசகர்கள் அவற்றில் ஒரு சாதாரண; மிதமான மகிழ்ச்சியையே அடைகிறார்கள். அவற்றின் சிறப்பைப் பற்றிய உண்மையான உணர்வு அவர்களுக்கு இல்லாததால், நாடகங்களில் சிறிய பாத்திரங்களைக் கண்டு சராசரி மக்கள் அடையும் மகிழ்ச்சியையே இவர்கள் அடைகிறார்கள். மக்கள் பாராட்ட விரும்பாததால் புகழ்கிறார்கள்; அதைவிடத் தயாராகப் போற்றுகிறார்கள்; எல்லாவற்றிலும் எளிதாகத் திரும்பிச் செல்கிறார்கள்.

மறுப்பு

உளவியல் அவதானிப்பால் ஆறுதலான, மனதிற்கு மென்மையான; செழுமையான வாழ்விற்கு வழி என்பதற்கு எதிரான முன்மொழிவு இருக்கிறதா? கலாசாரத்தைத் தேடும் மனிதனை, உளவியல் அவதானிப்பிற்கு எதிராகத் திருப்பும் அளவிற்கான மோசமான விளைவுகள் இருக்கின்றதா?

உண்மையில், எப்போதேனும் பலன் தரக்கூடிய உளவியலின் கூரியப் பார்வையைவிட மனிதனின் நல்ல குணங்களில் இருக்கும் குருட்டுத்தனமான நம்பிக்கை மனிதனின் கவலைகளை இழிவுபடுத்துவதை விரும்பாத மனம், ஆன்மாவின் நிர்வாணத்தை நினைத்து அவமானப்படுவது போன்றவை மனிதனுக்குப் பொதுவாக மகிழ்ச்சி தரும்

விருப்பமான பொருட்களாக இருக்கலாம். ஒருவேளை, குணமுள்ள மனிதர்கள் மற்றும் அவர்களின் செயல்களில் இருக்கும் நன்மையில் இருக்கும் நம்பிக்கையும், எந்த எதிர்பார்ப்பும் இல்லாத நன்மையிலும் இருக்கும் நம்பிக்கையும் உலகில் அவநம்பிக்கையைவிட, நன்மையை அதிகப்படுத்தி இருக்கலாம். ப்ளூடார்சின் (Plutarch) நாயகர்கள் உற்சாகமாகப் பிரதி எடுக்கப்பட்டால், அவர்களின் செயல்களின் காரணங்களை மிகவும் ஆராயாமல், மனிதச் சமூகத்தின் நன்மையைப் போற்றி அறிவை விலக்குவதாகத் தெரிகிறது; உளவியல் தவறுகளும், அது குறித்தான மழுங்கிய சிந்தனையும் மனித இயற்கையை முன்னோக்கிச் செலுத்த உதவுகிறது; உண்மையைப் பற்றிய அறிவோ இந்தக் கருதுகோளின் வலிமையிலேயே இருக்கிறது; லா ரூச்போகெளல்ட், தனது புத்தகமான 'வாக்கியங்களும், தார்மீகப் பழமொழிகளும்' (Sentences and Moral Maxims) என்பதில் இவ்வாறு கூறுகிறார்கள்; 'மனிதனின் வேட்கைகளால் உருவான மாயமே ஒழுக்கம், நம் விருப்பப்படி வாழ்வதற்காக நாம் கொடுக்கும் நல்ல பெயரே இது.'

லா ரூச்போகெளல்டும், ஆன்மத் தேடலின் பிற பிரெஞ்சு முன்னோடிகளும் (இவர்களுடன் பின்னாளில் 'உளவியல் அவதானிப்புகள்' (Psychological Observations) என்ற புத்தகத்தின் ஆசிரியரான; ஜெர்மானியர் ஒருவரையும் சேர்த்துக் கொள்ளலாம்.) குறி பார்த்துச் சுடும் வீரர்களைப் போல, கருப்பு புள்ளியை மறுபடியும், மறுபடியும் சுடுகிறார்கள். மனித இயற்கையின் கருப்புப்புள்ளியை சுடுகிறார்கள். இவர்களது கலை ஆச்சரியத்தை ஏற்படுத்துகிறது. இறுதியில் பார்த்துக்கொண்டிருக்கும் ஒருவர், அறிவியல் ஆர்வத்தினால் அன்றி, மனித நேயத்தினால் ஆன்மாவில் மனிதக் குலத்தைச் சிறுமைப்படுத்தும், குற்றஞ்சாட்டும் கலையைச் செயல்படுத்துகிறார்.

இருந்தாலும்

எனவே இதன் சாதக, பாதகங்கள் குறித்த நிலை இப்படியாக இருக்கிறது: இன்றைய தத்துவத்தின் நிலையால் தார்மீக அவதானிப்பு குறித்த விழிப்புணர்வு அவசியமாகும். உளவியல் ஆய்வின் வெறுக்கத்தக்கப் பார்வையில் இருந்தும், அதன் செயல்முறையின் கத்தி வெட்டுகளில் இருந்து மனிதர்கள் இனி தப்பிக்க முடியாது. தார்மீக உணர்வுகள் எனக் கூறப்படுவதால் வரலாற்றை ஆராயும் எந்த

அறிவியலிற்கும் இதுவே மிக முக்கியமான கடமையாகும்; சராசரி நிலையைத் தாண்டிய சமூகப் பிரச்சினைகளின் தீர்வை நோக்கிச் செல்வதாகத் தன்னை நிலைநிறுத்தும் அறிவியலிற்கும் இது பொருந்தும் மனித மதிப்பீடுகளின் ஆரம்பத்தையும், வரலாற்றையும் ஆராயும் பாதையில் பழைய தத்துவங்கள் எப்போதும் வழிதவறியே சென்றிருக்கிறது.

இதில் பழைய தத்துவ முறைகள், புதிய முறைகளைக் கண்டுகொள்வதில்லை. பல உதாரணங்கள் காட்டுவதுபோல, பெரும் தத்துவவாதிகள் மனிதர்களின் உணர்வுகளையும் செயல்களையும் குறித்து மேற்கொள்ளும் பொய்யான விளக்கங்களிலேயே தவறுகள் ஏற்படுகின்றன. இத்தகைய தவறான ஆராய்ச்சிகளின் அடிப்படையிலேயே (உதாரணமாக பலனை எதிர்பாராத செயல்கள்) பொய்யான நெறிமுறை ஒன்று தோற்றுவிக்கப்படுகிறது. அதுவே மதங்களையும், மற்ற புராணக் கதைகளையும் கொண்டு ஆதாரங்கள் கொண்டு வரப்படுகின்றன. இறுதியில் இவை அனைத்தும் பௌதீகம் மூலமும், உலகைப் பற்றிய சரியான பார்வையாலும் முழுவதுமாகச் சிதறிப்போகின்றது. உளவியல் அவதானிப்புகள் எல்லாம் மேம்போக்கானதாகவும் மனிதர்களின் முடிவுகளுக்கும் அனுமானங்களுக்கும் பயங்கரமான பொறியாக இருக்கும் என்று உறுதிப்படுத்தப்படும் என்றால், நாம் சிறு, சிறு கற்களாக ஒன்றன் மீது ஒன்றாக அடுக்கும் உழைப்பை நாம் தொடர்ந்து செய்ய வேண்டியதன் தேவை இன்னமும் அவசியமாகிறது. எனவே இத்தகைய உழைப்பு குறித்து அவமானம் கொள்ளாத தைரியமும் அதைக் கண்டனங்களுக்கு எதிரே தொடர்ந்து செயல்படுத்துவதும் தேவையாக இருக்கிறது.

மானுடம் மற்றும் எல்லாம் மானுடம் குறித்த எண்ணிலாத ஒவ்வொரு அவதானிப்புகள் எல்லாம் முதலில் அறிவியல் அறிந்த கூட்டங்களில் அல்ல, மனிதர்களின் அறிவின் மகிழ்வின் வெளிப்பாடாகவே வந்தது. வீட்டின், மயக்கத்தக்க சூழலில் தார்மீகப் பழமொழிகள் நமது இனத்தின் ஊடே முழுவதுமாக ஊடுருவியதால், அறிவியலைத் தொடரும் மனிதன் தன்னையறியாமலே இந்த இனத்தையும் அதன் தீவிரத்தன்மையின் மீதும் அவநம்பிக்கையைக் கொள்கிறார். ஆனால் இதன் விளைவுகளைச் சூட்டிக் காட்டினாலே போதுமானது; ஏனென்றால், உளவியல் அவதானிப்புகள் துறையில் மிகவும் வெளிப்படையான நிகழ்வுகள் நடக்க

ஆரம்பித்திருக்கின்றன. ‘தார்மீக உணர்வுகளின் ஆரம்பங்கள் குறித்து’ (Concerning the Origin of the Moral Feelings) என்ற புத்தகத்தின் ஆசிரியரான, நமது காலத்தின் அமைதியான, நுட்பமான சிந்தனையாளர், அவரது முழுமையான, கூர்மையான ஆராய்ச்சியின் இறுதியில் என்ன முடிவுக்கு வருகிறார்?

‘தார்மீக மனிதன், உயிருள்ள மனிதன் அறிந்த உலகின் அருகில்கூட இல்லை’ என்கிறார். வரலாற்று அறிவின் கடுமையான, வேகமான சம்மட்டி அடி போன்ற இந்தக் கருத்து, நமது எதிர்காலத்தில் என்றோ ஒருநாள், மனிதனின் ‘மீவியற்பியல் தேவைகளின்’ வேரில் வெட்டத் தேவைப்படும் கோடாரியாகவும் இருக்கக்கூடும். அனைவரும் நன்மையைத் தடை செய்யும் நிகழ்வாக இல்லாமல் இது நமக்கு ஆசீர்வாதமாகவும் இருக்கக் கூடும். யாருக்குத் தெரியும், இந்தக் கருத்து மிகவும் நன்மையும், பயம் தரக்கூடியதுமான மிகப்பெரிய முடிவுகளுக்குக் கொண்டு செல்லக்கூடும். எல்லாப் பெரிய உண்மைகளைப்போல உலகை தன்னுடைய இரட்டை முகங்களைக்கொண்டு எதிர்நோக்கவும் கூடும்.

எத்துணைப் பயன்

உளவியல் அவதானிப்பு மனிதக் குலத்திற்குத் தீமையைவிட நன்மையே அதிகம் செய்கிறதா என்பது தீர்மானிக்க முடியாததாகவே இருக்கும்; ஆனால் அறிவியலாலும் கைவிடமுடியாத அதன் தேவையை நாம் மறுக்க முடியாது. இயற்கையைப் போலவே, அறிவியலும் ஏதேனும் முடிவை அல்லது இலக்கை நோக்கி நகர்வதில்லை; இயற்கை எப்படிக் காலப்போக்கில், இப்படிச் செய்யவேண்டும் என்ற இலக்கில்லாமல் பொருட்களைக் குறிப்பிட்ட இலக்கை நோக்கி, மேலும், மேலும் செம்மைப்படுத்துகிறதோ, அது போலவே உண்மை அறிவியலும், இயற்கைப் பொருட்களுக்குச் செய்வதுபோல, கருத்துகளை இப்படியாகச் செல்லவேண்டும் என்ற நோக்கம் ஏதும் இன்றி, மனிதக் குலத்தின் நன்மையை உயர்த்தும் தேவையை நோக்கி நகர்த்துகிறது.

இத்தகைய நிலையைக் குளிர்காலமாக நினைப்பவனுக்கு உள்ளத்தில் சிறிது நெருப்பே இருக்கிறது; அத்தகைய மனிதன், தன்னைத்தானே பார்த்துக்கொண்டு, குளிர் காற்றுக் கொண்டு வரும் நோய்களை அறிந்துகொண்டு, தங்கள் அறிவாலும் வேட்கையாலும் பிணைந்து

இருக்கும் மனிதர்களே, அவர்களது சூழலில் குளிரைப் பார்ப்பதில்லை என்பதையும் அறியவேண்டும். மேலும், மிகத் தீவிரமான மனிதர்களும் தேசங்களும் சாதாரண நிலையிலே ஆரோக்கியமாக இருக்க, மற்ற நிலையற்ற, உணர்ச்சிவயப்படக் கூடியவர்களுக்கு மிகவும் கடுமையான, பெரும் சோதனைகள் மூலமே ஆரோக்கியத்தை எட்ட முடியும். இத்தகைய மோதல்கள், சோதனைகளின் நடுவே, இந்தக் காலத்தின் அறிவார்ந்த மனிதர்களாகிய நாம் குளிர்விக்கவும் அணைத்துவிடவும் கூடிய அனைத்தையும் கண்டறிந்து, எப்போதும் சுயசார்புடன் நிதானமாகவும் அமைதியாகவும் இப்போது போலவே இருந்து, தேவையான நேரம் வரும்போது காலத்தின் கண்ணாடியாகவும் சுய பிரதிபலிப்பாகவும் இருக்கவேண்டும்.

விருப்பமான சுதந்திரம் என்னும் கட்டுக்கதை

அனைவரையும் பொறுப்பேற்க வைக்கும் உணர்வுகளையே நாம் தார்மீக உணர்வுகள் என்கிறோம். அந்த உணர்வுகளின் வரலாறு கீழே காணும் கட்டங்களைத் தாண்டி வருகிறது. முதலில், ஒற்றையான செயல்கள், அவற்றின் நோக்கங்களின் அடிப்படையில் இல்லாமல் அவை சமூகத்திற்குப் பாரபட்சமற்ற அல்லது உபயோகமான முடிவுகளைத் தருகிறதா என்பதன் பேரில் நன்மையானவை அல்லது தீமையானவை என்று குறிப்பிடப்பட்டன. காலப்போக்கில், இந்தக் குறிப்புகளின் காரணங்கள் மறக்கப்பட்டு, அதன் செயல்களே 'நல்லவை' என்றும் 'தீயவை' என்றும் கூறப்பட்டது. கற்களைக் கனமானவை என்றோ, மரங்களைப் பசுமையானவை என்றோ குறிப்பிடுவதில் இருக்கும் தவறே இங்கும் உள்ளது. முடிவே காரணமாகக் கருதப்படுவது. எனவே, செயலைச் செய்யும் காரணமே நல்ல(து) அல்லது கெட்ட(து) என்று கருதப்பட்டு, அதன் விளைவான செயல் தார்மீகரீதியில் தெளிவற்றதாகச் சித்தரிக்கப்பட்டது. இது இன்னமும் ஒரு படி தாண்டி எடுத்துச் செல்லப்பட்டு, மண்ணில் இருந்து செடி முளைத்து எழுவதுபோல, காரணங்கள் மனிதனின் உள்ளிருந்து எழுந்து வருவதால், நல்லது அல்லது தீயது என்பது மனிதனின் இயற்கைக்குப் பொருத்தப்பட்டது. இப்படியாக, மனிதன் முதலில் அவனது செயலிற்கும், அதன் வழி அவனுடைய நடத்தைக்கும், பின் அதன் காரணங்களுக்கும், இறுதியாக, இவை அனைத்தும் அவனது இயற்கைக்கும் பொறுப்பாக்கப்பட்டான்.

இறுதியாக, இப்போது மனிதனின் இயற்கையும், கடந்தகால மற்றும் நிகழ்காலப் பொருட்களின் தன்மையினாலும், அவற்றின் விளைவாலும், கலவையினாலும் உண்டாகும் முடிவுகளினாலே உண்டாவதால், இதற்குப் பொறுப்பாக்க முடியாது என்று கண்டறியப்படுகிறது. எனவே மனிதன் அவனது இயற்கைக்கு, நோக்கங்களுக்கு, நடத்தைக்கு, செயல்களுக்கு என எதற்கும் பொறுப்பாளி இல்லை. இதன்மூலம் நாம் தார்மீக மதிப்பீடுகளின் வரலாறு என்பது தவறுகளின் வரலாறு, பொறுப்பின் தவறுகளின் வரலாறு என்று அறிந்துகொள்கிறோம். விருப்பத்தின் சுதந்திரத்தின் தவறுகளின் மீதே இவை நிற்கிறது. ஸ்கோபன்ஹவர் இதற்கு நேர்மாறான முடிவுக்கு வருகிறார். சில செயல்கள் சோகத்தை அதாவது குற்றவுணர்வைக் கொண்டு வருவதால், பொறுப்பு என்ற ஒன்று இருக்கவேண்டும். மனிதர்களின் எல்லா விஷயங்களும் தேவையின் பாதையில் செல்லவில்லை என்றால், குற்றவுணர்விற்கு வேறு காரணங்கள் இருக்க வாய்ப்பில்லை. எனவே இந்தத் தத்துவவாதியின் கருத்தில், இவை தேவையின் பாதையிலேயே செல்வதால், மனிதனும் தனது தேவையின் பொருட்டு அவனாகவே இருப்பான்.

இதை ஸ்கோபன்ஹவர் மறுக்கிறார். இந்தக் குற்ற உணர்வைக்கொண்டு மனிதனுக்குத் தன்னுடைய செயல்களின் வழி இல்லாமல், அவனது இயற்கையின் காரணமாக ஒருவிதமான சுதந்திரம் இருக்கிறது என்பதை உறுதி செய்யமுடியும் என்கிறார். இவ்வாறு இருக்கவும், வேறு செயல்கள் செய்யாமல் இருக்கவுமான சுதந்திரம். இதிலிருந்து சுதந்திரம் மற்றும் பொறுப்பின் மண்டலமும், அதில் இருந்து செயலும், மாறாத காரணங்கள், தேவை மற்றும் பொறுப்பின்மையின் மண்டலமும் வருகிறது. இந்தக் குற்றவுணர்வு செயலின் காரணமாகவே வருகிறது. ஏமாற்றுவதாகத் தெரிந்தாலும், உண்மையில் விருப்பத்திற்கான சுதந்திரம் எப்படியாக இருந்தாலும், அதுவே தனி ஒருவனின் வாழ்வின் இருப்பிற்கான காரணமாக இருக்கிறது. மனிதன் அவனுக்கு என்ன விருப்பமோ, அப்படியே மாறுவதற்கு, அவனது விருப்பம், இருப்பிற்கு முன்பே செல்லவேண்டும்.

இங்கே, மேலே சொன்ன வாக்கியத்தின் அர்த்தமற்ற தன்மையைத் தவிர, குற்றவுணர்வு ஒரு மனிதனின் குணத்தைக் கூறுகிறது என்ற தவறான முடிவிற்கும் செல்கிறது. இந்தத் தவறான முடிவில் இருந்தே,

ஸ்கோபன்ஹவர், விருப்பமான சுதந்திரம் குறித்தான தனது அற்புதமான முடிவிற்குச் செல்கிறார். (இந்தப் பெயரின் காரணத்திற்குப் பிளாட்டோவும், காண்ட்டும் கூடப் பொறுப்பானவர்கள்.) செயலுக்குப் பிறகான குற்றவுணர்வு பகுத்தறிவிற்கு ஒவ்வாததாகவும் இருக்கலாம்; அப்படியேதான் இருக்கவேண்டும். ஏனென்றால், அந்தச் செயல் செய்யப்பட்டிருக்கவே தேவையில்லை என்ற தவறான அனுமானத்தினாலேயே இது கட்டப்பட்டிருக்கிறது. எனவே மனிதன் தன்னைச் சுதந்திரமாக உணருவதாலேயே - சுதந்திரமாக இருப்பதால் அல்ல - அவன் மனசாட்சியின் குத்தல்களாலும், குற்ற உணர்வாலும் பீடிக்கப்படுகிறான். எல்லாவற்றிற்கும் மேல் இந்தக் குற்றவுணர்வும் காலப்போக்கில் கலைந்து சென்று விடக்கூடியது. ஒரே செயல் சிலரிடம் குற்றவுணர்வையும், மற்ற சிலரிடம் எந்த உணர்வையும் ஏற்படுத்துவதேயில்லை. எனவே இந்த உணர்வு மிகவும் வேறுபடக்கூடியது. இந்த உணர்வு பழக்கமும், நாகரிகத்தையும் பொருட்டு மாறுபடுகிறது. உலக வரலாற்றில் சில நேரங்களில் மட்டுமே மேலே வருகிறது. யாரும் அவர்களது செயல்களுக்குப் பொறுப்பானவர்கள் இல்லை, அவர்களது இயற்கைக்கும் அவர்கள் பொறுப்பில்லை; ஒருவரை மதிப்பிடுவது உண்மையில் நீதியற்றதுமாகும். தன்னைத்தானே ஒருவர் மதிப்பிடும்போதும் இது பொருந்தும். சூரிய ஒளியைப் போல இது தெளிவாக இருந்தாலும், இங்கு அனைவரும் இருட்டிற்கும், உண்மையற்றதிற்கும் செல்கின்றனர். விளைவுகளை எண்ணி அஞ்சுவதால் ஏற்படுவது இது.

மிருகத்திற்கு மேலாக

நமக்குள்ளே இருக்கும் மிருகத்தை இனிய சொற்களைக்கூறி ஏமாற்றி வைக்கவேண்டும்; நாம் சிதறிவிடாமல் இருக்க, நெறிமுறைகள் தேவை. நெறிமுறைகளின் அனுமானத்தில் இருக்கும் தவறுகள் இல்லாமலிருந்தால், மனிதன் மிருகமாகவே இருந்திருப்பான். அதுதான் அவனை இன்னமும் மேலான இடத்திற்கு எடுத்துச் சென்றிருக்கிறது. அதனாலேயே மேலும் கடுமையான சட்டங்களை அவனே இயற்றிக் கொண்டான். மிருகங்களைப் போன்ற நிலைகளைக் கண்டு, அவன் வெறுப்பை உணர்கிறான்; இன்னமும் மனிதனாகக் கருதப்படாத அடிமையைக் கண்டால் ஏற்படும் அவமதிப்பான எண்ணம் இன்னமும் விளக்கப்படவேண்டும்.

மாற்றமுடியாத குணம்

குணத்தை மாற்ற முடியாது என்பது உண்மையல்ல; மனிதனின் குறுகிய வாழ்நாளில், காலகாலமாக அவன் மீது எழுதப்பட்டிற்கும் வரிகளைப் புதிய காரணங்களையும், குணங்களையும் கொண்டு மாற்றிவிட முடியாது என்ற அளவிலேயே இது உண்மையாகும். என்பதினாயிரம் வருடங்கள் வயதைக்கொண்ட மனிதனை நம்மால் கற்பனை செய்ய முடியுமானால், அத்தகைய மனிதன் தன் குணத்தை மாற்றிக்கொள்பவனாகவே இருப்பான். காலப்போக்கில் ஏற்படும் முதிர்ச்சியுடன் வேறு வேறு தனி நபர்களின் குணத்துடன் இருப்பான். மனித வாழ்வின் குறுகிய காலம், அவனது தன்மைகள் குறித்தான பல தவறான வாதங்களை ஏற்படுத்திவிட்டது.

நெறிமுறைகள், கேளிக்கைகளின் வரைமுறை

கேளிக்கைகளைக் கீழான மேலான இன்னமும் மேலான சுயநலத்தின் மூலம் அடைவது என்று வரைமுறைப்படுத்தி இருப்பது, இப்போது நெறிமுறைகள் அல்லது நெறியற்ற நிலை என்ற அளவில் குறிப்பிடப்படுகிறது. கீழான கேளிக்கைகளை (சிற்றின்பங்கள்), மேலான கேளிக்கைகளை (ஆரோக்கியம்) விட விரும்புவது நெறியற்றதாகப் பார்க்கப்படுகிறது. சுதந்திரத்தை விடத் தன்னலத்தை விரும்புவதும் இப்படியே பார்க்கப்படுகிறது. ஆனால், கேளிக்கைகளை இவ்வாறு வரைமுறைப்படுத்துவது எல்லா நேரங்களிலும் ஒன்றாக இருந்ததில்லை; சட்டத்தின் மூலம் மனநிறைவைக் கேட்கும் எவரையும் பழங்காலத்தில் தார்மீக உணர்வுடையவராகவும், இப்போது அநீதி செய்பவராகவும் பார்க்கிறோம். 'நெறியற்ற' என்பது இன்றைய நாகரிகத்தில் மேலான, நுண்ணிய உணர்வுகளாகக் கருதுவதைச் சரியான முறையில் உணராமல் அல்லது உணராமலேயே இருப்பது; இன்றைய வழிமுறைகளின்படியே, இது பிற்பட்ட தன்மையைக் குறிப்பதாக அறியப்படுகிறது. கேளிக்கைகளை வரைமுறைப்படுத்தி இருப்பது உறுதியான நெறிமுறைகளின்படி அல்ல; மாறாக, ஒவ்வொரு முறை நெறிமுறையும் அதனுடன் இருக்கும் நடத்தையும் நெறிமுறைக்கு உட்பட்டதா அல்லது இல்லையா என்று சரி பார்க்கப்படுகிறது.

மனிதத்தன்மையற்ற மனிதர்களின் வாழ்வு

இப்போது மனிதத்தன்மையற்றவர்களாகக் கருதப்படும் மனிதர்கள் முந்தைய நாகரிகங்களின் மிச்சமாவார்கள்.

இன்று மலை போல இருக்கும் மனிதத்தன்மை; முன்பு கண்ணுக்குத் தெரியாமல் இருந்த அதன் கீழ்நிலைகளைக் காட்டிக் கொண்டுதான் இருக்கிறது. இன்றும், பரம்பரையாக வரும் விசித்திரங்களால், சரியான மூளை வளர்ச்சியடையாத மனிதர்களைப் பார்க்கிறோம். இவர்கள் நாம் முன்பு எப்படி இருந்தோம் என்பதை நினைவுபடுத்துவதால், நம்மைத் திகைப்படைய வைக்கிறார்கள்; கருங்கல் எப்படித்தான் கருங்கல்லாக இருப்பதற்குப் பொறுப்பாகாதோ, அதுபோலவே இவர்களும் அவர்களுடைய நிலைக்குப் பொறுப்பாகமாட்டார்கள். நமது உடல் உறுப்புகளில் எப்படி இன்னமும் நாம் முன்பு மீனாக இருந்ததற்கான மிச்சங்கள் இருக்கின்றதோ, அதுபோலவே நமது மூளையிலும் அதுபோன்ற முன் நிலைகளின் எச்சங்கள் இருக்கவேண்டும். ஆனால், நமது இன்றைய உணர்வுகளின் நதி இந்த எச்சங்கள் வழியே செல்வதில்லை.

நன்றியும் பழிவாங்குதலும்

சக்தி வாய்ந்த மனிதர்கள் நன்றியுடன் இருப்பதற்குக் காரணம் இருக்கிறது. அவருக்கு உபகாரம் செய்பவர், உபகாரம் செய்வதன் மூலம், சக்தி வாய்ந்த மனிதரின் வாழ்வின் உள்ளே நுழைந்து, அவருடன் ஒரே நிலைக்கு வந்துவிடுகிறார்; சக்தி வாய்ந்த மனிதர், அவருடைய உபகாரத்துக்கு நன்றியுடன் இருப்பதன் மூலம், அவரது வாழ்வின் உள்ளே நுழைந்து விடுகிறார். இது ஒரு விதமான பழிவாங்குதல். நன்றியைத் திரும்பப் பெறமுடியவில்லை என்றால், சக்தி வாய்ந்தவர்கள் தங்களைச் சக்தி அற்றவர்களாக உணருவார்கள். எனவே, நல்லவர்களின் சமூகத்தில், அதாவது உண்மையில் சக்தி வாய்ந்தவர்கள், நன்றியை முதல் கடமையாக வைக்கிறார்கள். ஸ்விப்ட் (Swift) என்ன சொல்கிறார் என்றால், மனிதன் நன்றியுடன் இருக்கும் அதே அளவிற்குப் பழிவாங்கும் உணர்வுடனும் இருக்கிறான்.

நன்மை, தீமையின் இரட்டிப்பு வரலாற்று ஆரம்பம்

நன்மை, தீமையின் வரலாற்று ஆரம்பம் இரட்டிப்பானது; முதலில், ஆளும் இனங்கள் மற்றும் சாதிகளின் ஆன்மாவின் ஆரம்பம். நன்மைக்கு நன்மையையும், தீமைக்குத் தீமையும் பதிலாகக் கொடுக்கும் அதிகாரம் உள்ளவர்கள் (அதாவது, நன்றியும், பழிவாங்கும் குணமும் கொண்டவர்கள்.) நல்லவர்கள் என்ற பெயரைப் பெறுகிறார்கள்; அப்படி

அதிகாரம் இல்லாமல், பதிலுக்குச் செய்ய முடியாதவர்கள் கெட்டவர்கள் ஆகிறார்கள். இந்தப் பதில் செய்யும் உணர்வால் தனி நபர்கள், தங்களுக்குப் பொதுவான இந்த உணர்வால், நல்ல நபராக, சமூகத்தின் நன்மையில் ஒன்றிணைகிறார்கள். அதுபோலவே, ஒரு மனிதன், தீமையில், தீய நபராக, பெரும் கூட்டமான அடிமைப்படுத்தப்பட்ட, அதிகாரமற்ற மனிதர்கள், தங்களிடையே எந்த உணர்வும் பொதுவாக இல்லாத புள்ளியில் ஒன்றிணைகிறார்கள். நல்லவர்கள் ஒரு சாதியாகவும், தீயவர்கள் தூசியைப் போல, மிகுந்த எண்ணிக்கையாகவும் இருக்கிறார்கள்.

நன்மை, தீமை என்பது பல காலமாக, மேன்மை மற்றும் தாழ்மை, ஆண்டான், அடிமை என்றே இருந்தது. அதே நேரத்தில், எதிரி என்பவன் தீமையாக இருப்பதில்லை; அவனால் பதில் செய்ய முடியும். ஹோமரின் காவியத்தில், திரோயர்களும், கிரேக்கர்களும் நல்லவர்களாகவே இருக்கிறார்கள். தீமை செய்யாமல் இருப்பவன் அல்ல, வெறுக்கப்படுபவனே தீயவனாகப் பார்க்கப்படுகிறான். நல்லவர்கள் வாழும் சமூகத்தில், நல்ல தன்மை பாரம்பரியமாகக் கருதப்படுகிறது; அத்தகைய இடத்தில் தீயவர்கள் வளர்வது என்பதற்குச் சாத்தியமில்லை. அப்படியல்லாமல், நல்லவர்களில் ஒருவர், அவரது தன்மைக்கு அல்லாத செயல் ஒன்றைச் செய்துவிட்டாலும், அதற்குக் கடவுளின் செயலாகப் பார்க்கப்பட்டு, கடவுளே அந்த நல்ல மனிதனைப் பைத்தியம் பிடிக்கச் செய்து, குருடனாக்கியது என்று அறிவிக்கப்பட்டு, அவனுக்குப் பேயோட்டப்படுகிறது. இரண்டாவதாக, அதிகாரமற்ற, அடிமைப்படுத்தப்பட்ட மக்களிடையே, ஒவ்வொரு தனி மனிதனும், மேன்மை அடைந்தவர்களோ, கீழ்மை அடைந்தவர்களே, விரோதக் குணமும், சிந்தனையற்ற, பேராசை பிடித்த மனிதத்தன்மை அற்ற, அவதூறு பேசுபவர்களாகக் கருதப்படுகிறார்கள்.

இவர்களிடையே, கடவுளே இருந்தாலும், ஒவ்வொரு தனி உயிருக்கும், மனிதனுக்கும் தீமை மட்டுமே குணமாகும்; மனிதம், தெய்வத்தன்மை போன்ற எல்லாத் தீமையும், சாத்தானின் குணங்களே. இங்கே அனுதாபம், நன்மை, உதவி செய்தல் போன்ற குணங்கள் இருந்தாலும், அவை திருட்டுத்தனம், ஏமாற்றுதல், தீயதை நோக்கிய ஏதோ ஏமாற்று வேலை என்று கருதப்படுகிறது. அதாவது, அதுவும் தீமையின் இன்னொரு வடிவம் என்று அறியப்படுகிறது.

இத்தகைய முன் முடிவுகளோடு இருக்கும் நபர்களிடையே, பொதுவான உணர்வு வருவதற்கு வாய்ப்பில்லை; எனவே, இதுபோன்ற நன்மை, தீமை என்ற கருத்துகள் இருக்கும் இடத்தில், தனிமனிதர்கள், அவர்களது இனம் மற்றும் தேசம் ஆகியவை அழிவை நோக்கியே செல்லும். ஆளும் இனங்களாலும் சாதிகளிலும் உருவாக்கப்பட்ட இத்தகைய அடித்தளத்தின் மீதே நமது இன்றைய தார்மீகம் நிற்கிறது.

வேதனையைவிட அனுதாபம் மேலானது

வேதனையைவிட அனுதாபம் மேலானதாக இருக்கும் சூழ்நிலைகள் உண்டு. உதாரணமாக, நமது நண்பர் ஒருவர் ஏதேனும் குற்றம் செய்துவிட்டால் நாம் மிகவும் வேதனையாக உணருகிறோம். இது அந்தக் குற்றத்தை நாம் செய்திருந்தால் அனுபவிக்கும் வேதனையைவிட அதிகமாக இருக்கிறது. நாம், நமது நண்பரின் தூய உள்ளத்தின்மீது அவரைவிட அதிகமான நம்பிக்கை வைத்திருந்ததே காரணம். எனவே, அவரின் மீதான நமது அன்பு (அதுவும் இந்த நம்பிக்கையினால் வருவது) அவர் தனது மீது வைத்திருக்கும் அன்பைவிட அதிகமாக இருக்கிறது. தனது குற்றத்தின் விளைவுகளை எண்ணி அவரின் சுயம், நமது சுயத்தைவிட அதிகமாகப் பாதிக்கப்படும் என்றாலும், நம்முடைய சுயத்தின் மறுபுறம் அவருடைய குற்றத்தினால் அவரைவிட அதிகமாகப் பாதிக்கப்படுகிறது.

தன் உடல்நலம் பற்றிய மனக்கவலை

மற்றவர்கள் மீதான அனுதாபத்தினாலும் கவலையினாலும் மனக்கவலைக்கு ஆளானவர்கள் இருக்கிறார்கள். இத்தகைய கருணையுடன் இருப்பதும் ஒரு விதமான நோயே. அதுபோலவே, கிறிஸ்துவின் வாதையையும் மரணத்தையும்தங்கள் கண்களின் முன்னே கண்டு, ஆன்மிகக் கிளர்ச்சி அடையும் கிறிஸ்தவ மனக்கவலை கொண்டவர்களும் இருக்கிறார்கள்.

ஆசீர்வாதங்களின் பொருளாதாரம்

மனிதர்களின் வாழ்வில் ஆரோக்கியமான வளர்ச்சிக்கும் சக்திக்கும் கிடைத்தற்கரிய பொக்கிஷங்களான நன்மையும் மகிழ்ச்சியும் இருப்பதால், அந்தக் குணமாக்கும் வழியை எவ்வளவு சிக்கனமாகச் செலவிட வேண்டுமே, அவ்வாறே செலவிட விரும்புவோம்; ஆனால், இது நடக்காது. இதுபோன்ற ஆசீர்வாதங்களின் விஷயத்தில் சிக்கனமாக

இருப்பது என்பது கனவு காண்பவர்களின் உலகிலும்கூட நடக்காது.

நல்லதை விரும்புவது

அசாதாரணப் பொருட்களைவிட அறிவியல் கவனம் செலுத்தவேண்டிய சிறிய பொருட்கள் அதிகமாக இருக்கும், மிகவும் சக்தி படைத்த பொருட்களில், நல்லதை விரும்புவது என்பது இருக்கவேண்டும். ஒருவருடனான உறவின்போது செய்யப்படும் ஒவ்வொரு நட்பான செயலும், கண்களில் தெரியும் சிரிப்பு, கைகளில் கொடுக்கப்படும் அழுத்தம் போன்ற ஒவ்வொரு மனிதச் செயலின் தன்மை பற்றியதாகும். ஒவ்வொரு ஆசிரியரும், ஒவ்வொரு செயற்பாட்டாளரும் அவர்கள் எதைக் கடமையாகச் செய்தாலும், அதன் நன்றியாக இதுபோன்ற சிறு செயல்களைச் செய்கின்றனர்; ஒளியின் அலையில் அனைத்து உயிரினங்களும் வாழ்வதுபோல இதுவே மனிதத்தன்மையின் வற்றாத நல்லெண்ண ஊற்றாகும்.

அதுபோலவே, குடும்பம் போன்ற குறுகிய வட்டங்களில், இதுபோன்ற அன்பு உணர்வுகளாலேயே வாழ்வு மலர்ந்து, பூக்கிறது. இதயத்தின் உற்சாகம், நட்புணர்வு, அன்பு எல்லாம் இதுபோன்ற சுயநலமற்ற உணர்வின் ஊற்றே; படோடோபமாகச் செய்யப்படும் அனுதாபம், உதவி, தியாகம் போன்றவற்றைவிட இவை நாகரிகத்திற்கு அதிகமாகச் செய்திருக்கின்றன. ஆனால், இந்த அன்பின் சிறிய வெளிப்பாடுகளை அவ்வளவாகப் பாராட்டுவது கிடையாது. இவை சுயநலமற்ற செயல்களும் அல்ல. ஆனால் இந்தச் சிறிய அன்பின் வெளிப்பாடுகள், மிகவும் பெரியது; அவற்றின் ஒன்றுகூடிய வலிமை, எல்லா வலிமைகளிலும் பெரியது. எனவே கவலை தோய்ந்த கண்கள் பார்ப்பதைவிட அதிகமான மகிழ்ச்சியை உலகில் கண்டறியலாம். எல்லாம் சரியாக இருக்குமானால், மோசமான மனித வாழ்விலும் தினமும் இதுபோன்ற சிறிய சந்தோஷங்கள் நிரம்பியிருந்தால், அது மறக்கமுடியாத வாழ்வாகவே இருக்கும்.

இரக்கத்தை ஊக்குவிக்கும் ஆசை

லா ரூச்போகௌல்ட், அவருடைய சுய உருவப்படத்தின் (1658ல் பதிப்பிக்கப்பட்டது) மிக முக்கியமான பாகத்தில், உண்மையைச் சரியான இடத்தில் தொட்டுக் காட்டுகிறார். அதில் அவர் இரக்க குணத்தைப் பொறுத்தவரை நாம் எச்சரிக்கையாக இருக்கவேண்டும் என்று கூறுகிறார். மக்களின்

உணர்ச்சிகளைத் தூண்டி (அவர்கள் அறிவை உபயோகிக்கத் தேவை இல்லை என்பதால்) துன்பத்தில் இருப்பவர்களுக்கு உதவியும், துரதிர்ஷ்டக்காரர்களுக்கு உதவும் மனிதர்களுக்கு இந்த இரக்ககுணம் தேவை என்று கூறுகிறார். அவருடைய பார்வையில் (பினாட்டோவும் இதே பார்வையில்) இரக்கம் என்பது இதயத்தின் உறுதியைக் குலைத்துவிடும் என்கிறார். அனுதாபம் மனிதர்களிடம் இருக்கவேண்டும். ஆனால் அதை அவர்கள் உணரக்கூடாது. அனுதாபத்தை உலகின் பெரிய சந்தோஷமாக உணரும் துரதிர்ஷ்டமானவர்கள் மந்தமாக இருப்பார்கள். துரதிர்ஷ்டமானவர்களின் இரக்கத்திற்கான தேவை, வெறும் முட்டாள்தனமாகவும், அறிவின் பலவீனமாகவும், துரதிர்ஷ்டத்தின் ஆன்மாவின் கவனச்சிதைவாகவும் பார்க்காமல் (லா ரூச்போகௌல்டும் இப்படியே பார்க்கிறார்.) அதை வேறுவிதமாக, மிக முக்கியமாகக் கருதுவதற்கு எதிராக எச்சரிக்கையாக இருக்கவேண்டும். தங்களை இரக்கத்தோடு பார்க்கவேண்டும் என்று அழுது, கத்தி ஆர்ப்பாட்டம் செய்யும் குழந்தைகளைப் பற்றி இங்கே தெரிந்துகொள்வோம். நோயுற்று, ஆன்மாவில் அடங்கி இருப்பவர்களை அருகில் சென்று, அவர்கள் அழுவதும், பெருமூச்சு விடுவதும், துன்பத்தால் நிற்பதும், நடிப்பதும், அவர்களைப் பார்ப்பவர்களுக்கு வலியைத் தரும் எண்ணத்தோடு செய்கிறார்களா என்பதைப் பார்க்கவேண்டும்.

எளிய, துன்பப்படுபவர்களுக்கு, தங்களைப் பார்ப்பவர்கள் கொள்ளும் அனுதாபம் அவர்களுக்கு ஆறுதலாக இருப்பது, அவர்களுடைய வலுவற்ற நிலையிலும் அவர்களால் வலியை மற்றவர்களுக்குத் தரமுடியும் என்பதாலும்தான். அனுதாபத்தின் மூலம் தங்களுக்குக் கிடைக்கும் ஒருவித உயர்வான மனப்போக்கையும், அதனால் கிடைக்கும் மகிழ்ச்சியையும் துரதிர்ஷ்டசாலிகள் உணர்கிறார்கள்; அவர்களுடைய கற்பனை அதிகரிக்கிறது; உலகிற்குத் தன்னால் வலியைத் தரமுடியும் என்று உணருகிறார்கள். எனவே அனுதாபத்தைத் தேடுவது, மற்ற உயிர்களின் விலையில், தன்னைதானே மகிழ்ச்சி அடையச் செய்ய வேண்டியதாகும். இது மனிதனை அவனது கருணையற்ற நிழலில் காட்டுகிறது; லா ரூச்போகௌல்ட் நினைப்பதுபோல வெறும் 'மந்தத்தன்மை' மட்டும் அல்ல. சமூக உரையாடல்களில் நான்கில் மூன்று பங்கு கேள்விகளும், அதே அளவு பதில்களும் மற்றவர்களுக்கு ஏதேனும் ஒரு விதத்தில் சிறிய வலியை உண்டாக்கவே கேட்கப்படுகிறது;

இதற்காகவே பலரும் உரையாட விரும்புகின்றனர்; அது அவர்களுக்கு ஒரு வித ஆற்றலைத் தருகிறது. இதுபோன்ற சிறிய அளவில் பல தீயனவற்றை எண்ணிக்கையற்ற முறையில் தருவதே வாழ்வின் தூண்டுதலாக இருக்கிறது.

அதேபோலவே நல்லது விரும்புவதும். உலகில் அதை நாம் பரவலாக்க, அதுவும் உலகை உய்விக்கவே வந்ததுபோல நடக்கிறது. ஆனால் பிறருக்கு வலியைத் தருவதில் மகிழ்ச்சி இருக்கிறது என்று ஒத்துக் கொள்வார்களா?

பிறருக்கு வலியைத் தருவது மட்டுமல்லாமல், சிறிய அளவில் கெட்டவர்களாக இருப்பதும் பொழுதுபோக்காக இருக்கிறது என்பதை யாரேனும் நம்புவார்களா?

பெரும்பாலானோர் இதுபோலவே இருக்கிறார்கள். மீதமுள்ள சிலரும் மிக நல்லவர்களாக இருப்பதால் அவர்களால் இதைப் புரிந்துகொள்ள முடிவதில்லை. அவர்கள் ப்ரொஸ்பெர் மெறிமீ (Prosper Merimee) கூறிய இதையும் மறுப்பார்கள். 'தீயதை, அது தீயது என்பதைத் தெரிந்து செய்வதைக் காட்டிலும் பெரிய இன்பம் இல்லை என்பதைப் போன்ற சாதாரண விஷயம் இல்லை.'

தோற்றம் எப்படி உண்மையாகும்

மனிதன் நடிகனாக தனது ஆழமான துக்கத்தின் இடையேயும், தனது சூழலும் ஒழுக்கமும் பற்றிய உணர்வை இழப்பதில்லை. உதாரணமாக, அவனது குழந்தையின் இறுதிச் சடங்கில் தனது வருத்தத்தைச் சுற்றி இருப்பவர்களைப்பார்வையாளர்களாகக் கொண்டே வெளிக்காட்டுகிறான். எனவே எப்போதும் ஒரே வேடத்தைப் போடும் வேடதாரியாக இருப்பவன், இறுதியில் வேடதாரியாக இருப்பதை நிறுத்தி விடுகிறான். இளைஞர்கள், சிறுவயதில் தெரிந்தோ, தெரியாமலோ வேடதாரிகளாக இருப்பவர்கள், பூசாரிகளைப் போல; இறுதியில் உண்மையாகவே ஆகிவிடுகிறார்கள். தந்தை இதுபோன்று இறுதிவரை செல்லவில்லை என்றாலும், மகன் அதைச் சுவீகரித்து அதைத் தொடர்கிறான்.

யாரும், நீண்டகாலமாக தொடர்ந்து எதுவாகவேண்டும் என்று நினைக்கிறானோ, அப்படியே ஆகிவிடுவதால், வேறு எதுவாகவும் அவனால் ஆக முடிவதில்லை. எனவே மனிதன் தன்னுடைய வாழ்வின் தேடலை; அவன் கலைஞனாக இருந்தாலும், இப்படியான ஒழுக்கத்தைப்

பிரதி எடுப்பதிலேயே ஆரம்பிக்கிறான். நட்புடன் பழகுவதாகப் பேரெடுத்த மனிதன், இறுதியில், நட்புடன் இருப்பதைத்தன்னுடைய குணமாகவே கொண்டு விடுகிறான். அதில்லாமல் அவனால் நட்பு என்னும் உணர்வைக் கொண்டு வர முடிவதில்லை. இறுதியில், இந்த நட்பான குணம் அவனை எடுத்துக்கொள்கிறது. அவன் கருணைமிக்கவன் ஆகிவிடுகிறான்.

ஏமாற்றுதலின் கவுரவம்

ஏமாற்றுபவர்கள் அனைவரும் அவர்களது சக்திக்கு ஒரு முக்கியமான குணத்தைக் காரணமாகச் சொல்லலாம். அவர்கள் ஏமாற்றும்போது குரலில் இருக்கும் நடுக்கம், முகபாவனை, நிலை, அந்த நேரத்தின் நெருக்கடி, இவற்றிற்கு நடுவில் அவர்களின் மீதே ஒரு நம்பிக்கை அவர்களுக்கு வருகிறது. அதுவே அவர்களால் ஏமாற்றப்படுபவர்களின் மீது நல்ல முறையிலும், மாறாமலும் செயல்படுகிறது. மதங்களின் நிறுவனர்கள் இந்தச் சுய-ஏமாற்றுதலில் இருந்து வெளியில் வருவதே இல்லை அல்லது சில நேரங்களில் அவர்களுக்குக் கிடைக்கும் அறிவொளியில் அவர்களுக்குச் சந்தேகம் வருகிறது. ஆனால் அத்தகைய நேரங்களில் அவர்கள் அந்தச் சந்தேகத்தை அவர்களின் தீய எதிரியின் செயலகக் கருதுகிறார்கள். சுய ஏமாற்றுதல் எல்லா வித ஏமாற்றுபவர்களிடமும் இருக்கிறது. மற்றவர்களால் உள்ளுணர்வோடு நம்பப்படும் அனைத்தையும் மனிதர்கள் உண்மை என்றே நம்பிவிடுகிறார்கள்.

உண்மையின் பல படிகள்

நாம் செய்யும் பொதுவான தவறுகளில் ஒன்று; ஒருவர் உண்மையாகவும், நேரடியாகவும் நமக்கு எதிராக இருந்தால், அவர் உண்மையைப் பேசுகிறார் என்று நம்புவது. குழந்தைகள் எப்படிப் பெரியவர்களின் முடிவுகளை நம்புகிறார்களோ, அப்படியே கிறிஸ்தவர்கள் அவர்களது மதத்தை நிர்மாணித்தவர்களை நம்புகிறார்கள். அதுபோலவே, முந்தைய நூற்றாண்டுகளில் மனிதர்கள் தங்கள் மகிழ்ச்சியையும், வாழ்வையும் இழந்தது எல்லாம் வெறும் மாயை என்பதை எவரும் ஒத்துக்கொள்வதில்லை; ஒருவேளை இவை எல்லாம் உண்மையின் பல படிகள் என்று நம்புகிறார்கள். ஆனால், அதற்கு அர்த்தம் என்னவென்றால், ஒருவர், ஏதோ ஒன்றில் மிகுந்த நம்பிக்கைகொண்டு, அதற்காகப் போராடி, உயிரையும் விட்டார் என்றால்,

அவரை வெறும் மாயை மட்டுமே வழி நடத்தியது என்பது அநீதியாகும். இது உலகின் பொதுவான, நித்திய நீதியை மறுதலிப்பதாக இருக்கிறது. இந்தக் காரணத்தினாலேயே உணர்ச்சியுள்ள மனிதனின் இதயமே, தலையை மீறி, முடிவை எடுக்கிறது; தார்மீக நடத்தைக்கும், அறிவின் ஒளிக்கும் இடையே இதனாலேயே எப்போதும் ஒரு தொடர்பு இருக்கவேண்டும். ஆனால், துரதிர்ஷ்டவசமாக, வேறு மாதிரியாக இருக்கிறது; ஏனென்றால், நித்தியமான நீதி என்று எதுவும் இல்லை.

பொய்மை

வாழ்வின் சாதாரண விஷயங்களில் மனிதர்கள் உண்மை பேசுவதை ஒரு விதியாக வைத்திருக்கிறார்கள். அது கட்டாயம் கடவுள் பொய் பேசக்கூடாது என்று கூறியதால் அல்ல. முதலில் இது மிகவும் வசதியானது ஏனென்றால் பொய் எப்போதும் மேலும் பொய்களைப் பேசவும், அதை நம்ப வைக்கவும், நினைவில் வைக்கவும் வேண்டி இருக்கிறது (இதனாலேயே ஸ்விப்ட், 'பொய் பேசுபவர்கள் தாங்கள் சுமக்கவேண்டிய பாரத்தை அறிந்துகொள்வதில்லை; ஒருவர் சொல்லும் ஒவ்வொரு பொய்க்கும், மேலும் இருபது பொய்களைச் சொல்ல வேண்டிவரும்' என்கிறார்.) எனவே, வாழ்வின் சாதாரண உறவுகளில் எதையும் சுற்றி வளைக்காமல் பேசுவது சிறந்தது. இது எனக்குவேண்டும், நான் இதைச் செய்தேன், என நேரடியாகப் பேசுவது; அதுபோன்ற சுதந்திரமும், நிச்சயமும் ஏமாற்றுவதை விடச் சிறந்தது. ஆனால் மோசமான வீட்டுச் சூழலில் வளரும் குழந்தை, பொய் பேசுவதைச் சாதாரணமாகக் கடைப்பிடிக்கிறது; தனது சுயநலத்திற்காக என்ன தோன்றுகிறதோ அதைப் பேசுகிறது. உண்மையை விரும்பி, பொய்யை வெறுப்பது அதற்குத் தெரியாததாகவும், உடன்பாடற்றும் இருப்பதால், எந்தக் குற்ற உணர்வுமின்றிப் பொய் பேசுகிறது.

நம்பிக்கைக்காக நெறிமுறையைக் கைவிடுதல்

வெறும் வெற்றுப் பேச்சுகளால் மட்டுமே பிரதிநிதித்துவப்படும்போது, எந்த அதிகாரத்தினாலும். அதனைத் தக்க வைத்துக்கொள்ள முடியாது. கத்தோலிக்கத் திருச்சபைக்கு அதன் வலிமை, பல உலகங்களின் சக்திகளில் இருந்து வரலாம். ஆனால், இரவு முழுதும் விழித்து, ஜெபம், விரதம் எனத் தங்களைத் தாங்களே சாட்டையால்

அடித்துக்கொண்டு, தங்கள் உடலை வருத்தி, வாழ்வை மிகவும் கடுமையாகவும், வருத்திக்கொண்டும் வாழும் எண்ணற்ற குருமார்களிடம் இருந்தே திருச்சபை தனது உண்மையான வலிமையைப் பெறுகிறது. இதுபோன்ற வாழ்க்கை சாதாரண மனிதர்களை நடுங்கவும், பயத்துடனும் இருக்க வைக்கிறது; இப்படி வாழ்வதற்கான காரணம் என்ன?

அவர்களது நிலையைக் காணும் எவருக்கும் இந்தக் கேள்வியே எழுகிறது. இந்தச் சந்தேகத்தைப் பரப்புவதன் மூலமே, அவர்கள் தங்கள் அதிகாரத்தை நிலை நிறுத்துகிறார்கள். சுதந்திரமாகச் சிந்திப்பவர்களும், இவர்களின் தன்னலமற்ற வாழ்வை, உண்மையைக்கொண்டு எதிர்த்து குரல் கொடுக்கத் தயங்குகின்றனர் 'ஏமாற்றப்பட்டவர்களே! ஏமாற்றாதீர்கள்!' இருவரையும் அவர்களது கருத்துகள் மட்டுமே வேறுபடுத்துகின்றன. நல்லவை, தீயவை அல்ல. ஆனால், நம்மால் முடியாத விஷயங்களை, நாம் நன்றாகவே விமர்சனம் செய்வோம். இயேசு சபையில் ஜேசுயிட்டுகளாக இருப்பவர்களின் வக்கிரமான, நெறி தவறிய செயல்களை நாம் வேகமாக விமர்சிக்கிறோம். ஆனால் அவர்கள் ஒவ்வொருவரும் தங்களுக்கு விதித்துக்கொள்ளும் கட்டுப்பாடுகளை நாம் பார்ப்பதில்லை. இயேசு சமையின் புத்தகங்கள் எளிய வாழ்க்கை நெறிமுறைகள், பாமர மக்களுக்கு மட்டுமே தவிர, அவர்களுக்கு அல்ல என்பதை நாம் உணர்வதில்லை. நம்மைப் போன்ற அறிவார்ந்த மக்களாலும், அவர்களைப்போல ஒன்றிணைந்து, கட்டுப்பாட்டுடன் இருக்கமுடியுமா என்பதும், அதுபோன்ற வாழ்வின் உழைப்பையும், முழு ஈடுபாட்டையும் பாராட்டும் அளவிற்குக் கடைப்பிடிக்க முடியுமா என்பதும் சந்தேகமே.

தீவிரத் தீமையின் மீதான அறிவின் வெற்றி

மனிதக் குலம் என்பது வக்கிரமானதும், மிகுந்த தீமையைக் கொண்டதும் என்று இருக்கும் நாள்களில் கிடைத்த அறிவைப் பெற்றுக்கொண்டவனுக்கு மிகுந்த ஆதாயம் கிட்டியிருக்கும். ஆனால் இது பொய்யான கருத்தாகும். ஆனால் இந்தக் கருத்து இன்னமும் நம்மிடமும் நமது உலகிலும் பரவலாக நம்பப்படுகிறது. இதைப் புரிந்துகொண்டால் மட்டுமே, நம்மால் நம்மைப் புரிந்துகொள்ள முடியும்; உயரத்தைச் சென்றடைய, அதற்கு மேலே செல்லவேண்டும். மீவியற்பியல் நோக்கில் உலகில் பாவம் என்ற ஒன்று இல்லை என்பதை நாம் உணர்கிறோம்;

அதே நோக்கில், உலகில் நல்லொழுக்கம் என்றும் எதுவும் இல்லை; நன்மை, தீமை, ஒழுக்கம் போன்றவற்றைப் பற்றிய கருதுகோள்கள் இன்னமும் மேலாக, ஆழமாக என்று இருப்பதால், இதுபோன்ற நெறிமுறைகள் பற்றிய கருத்துகள்மாறிக்கொண்டே இருக்கும்.

எவனொருவன் பொருட்களைப் பற்றிய அறிவைத் தவிர வேறெதையும் வேண்டாமல் இருக்கிறானோ, அவன் மனநிம்மதியை அடைவான்; அறிவின் இன்மையால் மட்டுமே அவன் தவறாகப் போகலாமே தவிர, அறிவை அடையும் ஆர்வத்தால் அல்ல. (அல்லது உலகம் கூறுவதுபோல, பாவத்தின் வழியாக அல்ல.) அவன் அறிவின் தாக்கத்தை அடியோடு வேரறுக்கவேண்டும் என்று கேட்கமாட்டான்; ஆனால், அறிவை முடிந்த அளவிற்கு, முழுமையாகப் பெறவேண்டும் என்ற அவனுடைய ஒற்றையான, சக்தி வாய்ந்த ஆர்வம், அவனைச் சாந்தமாக்கி, வாழ்வின் கடினமான நிலைகளில் நல்ல முறையில் வாழ வைக்கும். எல்லாவற்றிற்கும் மேலாக அவன் இப்போது பல தேவையில்லாத கருதுகோள்களைத் தூக்கி எறிந்துவிட்டான்; பாவம், நரக வேதனை, தன்னுடைய மதிப்பு பற்றிய அவநம்பிக்கை போன்றவற்றை இப்போது அவன் நம்புவதில்லை; அவற்றை வாழ்வை மற்றும் உலகைப் பற்றிய தவறான கருத்துகளின் நிழலாகவே பார்க்கிறான்.

நெறிமுறை என்னும் சுயபரிசோதனை

ஒரு நல்ல எழுத்தாளர், தன்னுடைய எழுத்துகளை இதயபூர்வமாக நம்புபவர், யாரேனும் தன்னுடைய கருத்துகளை முழுவதுமாக மறுத்துச் சொல்ல மாட்டார்களா, அதன்மூலம் தன்னுடைய கருத்து இன்னமும் தெளிவாகவும், எளிதாகவும் புரிந்துவிடாதா என்றே நினைப்பார். காதலில் இருக்கும் பெண்ணொருத்தி, தனது வேட்கையின் உண்மையை நிலைநாட்ட, தனது காதலனின் காதலை நம்பிக்கையற்றதாகக் காட்ட முனைவாள். போர்வீரனும் தனது நாட்டிற்காக, போர்க்களத்தில் உயிர் விடுவதை விரும்புவார்; தாய் நாட்டிற்காக வெற்றி அடைவதே மிகவும் உயரிய லட்சியமாகும். ஒரு தாயும், தான் இழப்பவற்றைத் தனது குழந்தை பெறவேண்டும் என்றே விரும்புவாள். தூக்கம், ஊட்டமான உணவு, இன்னமும் சில நேரங்களில் தனது ஆரோக்கியமும், தன்னையுமே தருவாள். ஆனால், இவை அனைத்தும் சுயநலமற்ற செயல்களா?

ஸ்கோபன்ஹவர் சொல்வது போல இந்த நல்லொழுக்கச் செயல்கள் 'சாத்தியமற்றவை, ஆனாலும் செய்து முடிக்கப்பட்டவை' என்பதனால் அற்புதங்களா?

மேலே சொன்ன நான்கு செயல்களிலும், மனிதன் தனது ஒரு பாகத்தைவிட (சிந்தனை, ஏக்கம், அனுபவம்) மற்றொரு பாகத்தை அதிகமாக விரும்புவது தெரியவில்லையா? அதனால், அவன் தனது வாழ்வை ஆராய்ந்து, ஒரு பாகத்தைத் தியாகம் செய்வதை உணர முடியவில்லையா?

இவனுக்காக வேறுவிதமாகச் செயல்படுவதைவிட, நான் இறந்து போவேன் என்று பிடிவாதமாகப் பேசும் மனிதனிடம் இருந்து மேலே சொன்ன செயல்கள் எந்த விதத்தில் வேறுபடுகின்றன?

ஏதோ ஒன்றின் மீதான விருப்பம் (ஆசை, உணர்வு, ஏக்கம்) மேலே சொன்ன நான்கு செயல்களிலும் இருக்கிறது; அந்த விருப்பத்தை; அதன் விளைவுகளோடு ஏற்றுக்கொள்வது சுயநலமற்றதாகாது. எனவே ஒழுக்கமான மனிதன் தன்னைத் தனியாக அன்றி, தனித்தனியாகவே நடந்துகொள்கிறான்.

என்ன உறுதி கூற முடியும்

உணர்வுகள் தானாக நிகழ்வதால், செயல்களுக்கு மட்டுமே உறுதி கூறமுடியும். தான் எப்போதும் ஒருவரைக் காதலிப்பதாகவோ அல்லது வெறுப்பதாகவோ, உண்மையாக இருப்பதாகவோ உறுதிகூறும் ஒருவர், தன்னுடைய சக்திக்கு அப்பாற்பட்ட ஒன்றிற்கு உறுதி கூறுகிறார். ஆனால் அவரே காதல், வெறுப்பு, உண்மையாக இருத்தல் போன்றவை தொடர்பான செயல்களுக்கு உறுதி கூறலாம். அப்போதும் அவற்றிற்கான காரணங்கள் வேறாக இருக்கலாம். ஏனென்றால், வேறுவேறு நோக்கங்களுக்கான செயல்களும் ஒன்றாக இருக்கலாம். யாரையேனும் வாழ்நாள் முழுவதும் காதலிப்பேன் என்று கூறுவதன் அர்த்தம் என்னவென்றால், நான் உன்னைக் காதலிக்கும்வரை, உன்னைக் காதலிப்பதற்கான நடத்தை விதிகளைத் தொடர்வேன்; உன்னை நான் காதலிப்பது நின்றுவிட்டாலும், என்னுடைய நடத்தை முன்போலவே இருக்கும்; நம்மைச் சுற்றியுள்ளவர்கள் நாம் காதலில் இருப்பதாகவே நினைப்பார்கள். எனவே வாழ்நாள் முழுவதுமான காதல் என்பது (சுய ஏமாற்றுதல் இல்லாமல் இருக்கும் என்றால்) வாழ்நாள் முழுவதுமான காதலிப்பது போன்ற நடத்தையே ஆகும்.

அறிவும், நெறிமுறைகளும்

தான் செய்யும் சத்தியங்களைக் காப்பாற்ற ஒருவருக்கு எப்போதும் நல்ல நினைவாற்றல் இருக்கவேண்டும். அனுதாபத்தை உணர ஒருவருக்கு நல்ல கற்பனைத் திறன் இருக்கவேண்டும். அதுபோலவே ஒழுக்க நெறிமுறைகள் என்பது ஒருவரின் அறிவுடன் தொடர்புடையது.

பழி வாங்கும் ஆசையும், பழி வாங்குவதும்.

பழிவாங்குவதைப் பற்றிச் சிந்திப்பதும், அதைச் செய்து முடிப்பதும் காய்ச்சலைப் போன்றது. அதுவாகவே சென்று விடும். ஆனால், பழிவாங்கும் வலிமை அல்லது தைரியம் இல்லாமல், அதைப் பற்றிச் சிந்திப்பது நாள்பட்ட நோயினால் அவதிப்படுவது என்பது உடலும், ஆன்மாவும் விஷத்தால் பாதிக்கப்பட்டது போன்றது. ஒழுக்க நெறிமுறைகள், இதன் காரணத்தை மட்டுமே பார்ப்பதால், இரண்டையும் ஒன்றாகவே பார்க்கிறது; மக்களோ முதலில் இருப்பதை மிகவும் மோசமாக நினைக்கிறார்கள் (பழிவாங்குவதன் செயலின் முடிவை எண்ணுவதால்) இரண்டு கருத்துகளுமே குறுகிய பார்வையைக் கொண்டவை.

காத்திருத்தல்

காத்திருப்பதன் இயலாமையைத் தங்களது கவிதைகளின் மையக்கருத்தாக வைப்பதற்குக் கவிஞர்கள் வருந்துவதில்லை. ஏனென்றால், காத்திருக்கும் திறன் என்பதை அறிந்துகொள்வது மிகவும் கடினமானது. ஷேக்ஸ்பியரின் ஒதெல்லோவும், சோபோகிளேஸின் அஜாக்ஸுும், தங்களது வேகத்தை ஒருநாள் தள்ளிப் போட்டிருந்தாலும், முன்பே கூறிய வாக்கின்படி அவர்கள் தற்கொலை செய்துகொள்ள வேண்டிய அவசியம் நேர்ந்திருக்காது. அவர்களது குழம்பிய மனதைச் சற்று நேரம் தவிர்த்து, தங்களுக்குத் தாங்களே, தங்களுடைய சூழலில் 'கதாநாயகர்களை யார் செம்மறியாட்டை போலக் கருதவில்லை? அது அவ்வளவு பெரிய விஷயமா? மாறாக, அது முற்றிலும் மனிதத்தன்மையே அல்லவா?' என்று அஜாக்ஸ் தன்னைத் தானே ஆறுதல் படுத்திக்கொண்டிருக்கலாம். வேட்கை காத்திருக்காது; பெரிய மனிதர்களின் வாழ்வில் இருக்கும் சோகமே, காலத்துடனான வேறுபாடோ, மற்ற மனிதர்களின் குறைபாடோ அல்ல, அவர்களது வேலையை ஒரு வருடமோ, இரண்டு வருடமோ தள்ளிப் போடத் தெரியாமல் இருப்பதுதான்; அவர்களால் காத்திருக்க முடியாது. எல்லாச் சண்டைகளிலும்,

சண்டையிடுபவர்களின் நண்பர்கள் அவர்களால் காத்திருக்க முடியுமா என்று மட்டுமே கேட்கிறார்கள்; அது முடியாது என்றால், சண்டையிடுபவர்கள் 'ஒன்று நான் வாழப் போகிறேன், மற்றொருவன் உடனடியாக இறக்கப் போகிறான் அல்லது அதன் நேரெதிராக நடக்கப்போகிறது' என்று கூறுவதற்கு ஒத்தது. அதுபோன்ற சூழ்நிலையில், காத்திருப்பது என்பது தன் மானத்தை இழக்க காரணமாக இருப்பவனின் முன்னர் மானமிழப்பதைப் போன்றது; அது உயிருடன் வாழ்வதைவிட அதிகத் துயரத்தைத் தரக்கூடியது.

மிதமிஞ்சிய பழிவாங்கும் உணர்வு

தாங்கள் வஞ்சிக்கப்பட்டதாக நினைக்கும் முரட்டு ஆண்கள், தங்களது காயத்தை எவ்வளவு பெரிதுபடுத்த முடியுமோ அவ்வளவிற்குப் பெரிதாகவும், அதன் சூழலை இன்னமும் மிகைப்படுத்தியும் பேசுகிறார்கள். அதன்மூலம் எழுப்பப்படும் வெறுப்பையும், பழிவாங்கும் உணர்வையும் தங்களுக்கு அவசியமாகக் கருதுவார்கள்.

அவமதிப்பின் மதிப்பு

பெரும்பாலான மனிதர்கள் தங்களது மரியாதையைத் தக்க வைக்கவும், நேர்மையான நடத்தைக்காகவும், மற்ற அனைவரையும் குறைத்து மதிப்பிட்டும், அவமதித்தும் வருகின்றனர். ஆனால் இப்படியான மனிதர்களே அதிகம் இருப்பதாலும், அவர்கள் தங்களது நேரான நடத்தையைத் தக்க வைப்பதன் அல்லது இழப்பதன் காரணமாக இருப்பதாலும் இப்படி நடக்கின்றனர்.

கோபத்தில் இருக்கும் மனிதன்

நம் உயிரை எடுக்க முனைந்தவனைவிட, நம்மீது கோபத்துடன் இருக்கும் மனிதனிடம் எச்சரிக்கையாக இருக்கவேண்டும். ஏனென்றால், நாம் உயிருடன்இருப்பது அவனால் கொல்ல முடியாததன் காரணமாகவே; பார்வைகள் மட்டுமே கொல்வதற்குப் போதும் என்றால், நமது கதை எப்போதோ முடிந்திருக்கும். உடல் மீதான வன்முறை மூலம் பயமுறுத்துவது நாகரிகமற்ற நிலையின் அறிகுறியாகும். எனவேதான், மனிதர்கள் இன்னொருவர் மீது வீசும் கோபமான பார்வை, மனிதர்களுக்கு இடையே நிலவிய ஏற்றத்தாழ்வின் மிச்சம். பழைய காலத்தின் எச்சம். எனவேதான், பழையதை நன்றாக நினைவில் வைத்துக்கொள்ளும் பெண்கள், இப்படிக் கோபப்பார்வை பார்ப்பதை ஆண்களைவிட நன்றாகச் செய்கிறார்கள்.

நேர்மை எங்கே கொண்டு செல்லும்

ஒருவர், எல்லாச் சூழலிலும் தான் நினைப்பதை, தான் ஏன் ஒரு செயலைச் செய்கிறேன் என்பதை மிகுந்த நேர்மையோடு சொல்லும் கெட்டபழக்கத்தை வைத்திருந்தார். அவரது எண்ணங்கள் எல்லா மனிதர்களைப் போலவும், நல்லதும், கெட்டதும் கலந்ததாக இருந்தது. முதலில் அவரை யாருக்கும் பிடிக்காமல் போனது. அதன் பின்னர் அவர்மீது சந்தேகமும், அதுவே அவருக்குக் கெட்ட பெயரும் ஏற்படுத்தியது. அவர்மீது அனைவரும் எச்சரிக்கையாக இருக்கவேண்டும் என்றும் கூறப்பட்டது. இறுதியாக, தேவையில்லாத காரணங்களையும் கண்டுகொள்ளாத காரணிகளையும் காட்டி, சட்டம் அவர் மீது பாய்ந்தது. அனைவரும் ரகசியமாக வைத்திருக்கும் ஒன்றைக் குறித்தான வெளிப்படைத்தன்மையும், யாரும் பார்க்க விரும்பாத ஒன்றைத் தங்களுக்கு மட்டும் வெளிச்சமிட்டுக் காட்டியதால், அவர் சிறைக்குச் சென்று, இளவயதிலேயே மாண்டும் போனார்.

தண்டிக்கப்பட வேண்டியது, ஆனால் தண்டிக்கப்படவில்லை

குற்றம் செய்தவர்களுக்கு எதிராக நாம் செய்யும் குற்றம் அவர்களைக் குற்றவாளிகளாகப் பார்ப்பதுதான்.

நற்பண்பின் எளிமை

எல்லா நற்பண்புகளுக்கும் தனிச்சலுகைகள் உண்டு; உதாரணமாக, தண்டிக்கப்பட்டவரின் சிதைக்குத் தனது பங்காகச் சிறிது விறகை அனுப்பி வைப்பது.

ஒழுக்கமும் அதன் விளைவும்

ஒரு செயலைப் பார்ப்பவர்கள் மட்டும், அதன் முடிவுகளை வைத்து, ஒழுக்கம், ஒழுக்கமின்மையை மதிப்பிடுவதில்லை; அந்தச் செயலைச் செய்தவர்களும் அப்படியே செய்கிறார்கள். ஏனென்றால், செயலின் காரணமும், உள்நோக்கமும்எப்போதும் வெளிப்படையாக இருப்பதில்லை. அதனுள், செயலின் முடிவுகளால் அதன் நினைவுகளும் மாறிவிடுகின்றன. எனவே மனிதன் தனது செயல்களைப் பொறுத்து, அவற்றிற்குத் தவறான காரணங்களையும், சில நேரங்களில் வேறு காரணங்களையும் இதற்குப் பொருத்திவிடுகிறான். வெற்றி எப்போதும் செயலுக்கு நல்ல நோக்கத்தையும், அதைச் செய்ததில் ஒரு புத்திசாலித்தனத்தையும் காட்டுகிறது.

அதுபோலவே தோல்வியும், மிகுந்த நல்ல செயல்களின் மீது ஒரு குற்ற உணர்வை உண்டாக்கி விடுகிறது. இதிலிருந்தே அரசியல்வாதிகளின் சொல் வருகிறது. 'எனக்கு வெற்றியை மட்டும் கொடுங்கள்; அதை வைத்து நான் எல்லா நல்லவர்களையும் என் பக்கம் இழுத்து விடுவேன். அப்படியே என்னையும் நல்லவனாக ஆக்கிக் கொள்வேன்.' அது போலவே வாக்குவாதத்தை வெற்றி மாற்றாக வைத்துக்கொள்ளும். இன்றுவரை படித்த மனிதர்களும் கிரேக்கத் தத்துவத்தைக் கிறிஸ்தவம் வென்றதால் கிறிஸ்தவத்தின் மேலான உண்மையைக் காட்டுகிறது என்று நம்புகிறார்கள்.

ஆனால் இந்த விஷயத்தில் சக்தி வாய்ந்த முரட்டுத்தனம் கொண்டவர்கள், மெல்லிய அறிவார்ந்த சக்தியை வென்றதை அறியமாட்டார்கள். உண்மையின் மேன்மையைப் பொறுத்தவரை மேலே வந்துகொண்டிருக்கும் அறிவியல் உண்மைகள் அனைத்தும் எபிகுரியஸின் தத்துவத்தின்படி (philosophy of Epicurus) ஒவ்வொரு கருத்துடன் ஒத்தும், கிறிஸ்துவத்துடன் வேறுபட்டும் இருக்கிறது.

அன்பும், நீதியும்

ஏன் நீதியைவிட உயர்ந்ததாக அன்பு கருதப்படுகிறது? அன்பைப் பற்றி அழகான பல விஷயங்கள் சொல்லப்படுவதும், அது நீதியைவிட உயர்ந்தது என்றும் கருதப்படுவது எதனால்? நீதியைவிட அன்பு முட்டாள்தனமாக இருப்பது உண்மையல்லவா?

அதனால்தான் அன்பு அனைவர்க்கும் ஏற்றதாக இருக்கிறது; அன்பிற்குக் கண்ணில்லை; அது தனது விலையுயர்ந்த தொட்டியில் இருந்து பரிசுகளை அனைவருக்கும் வாரி வழங்குகிறது. அவர்கள் அதற்குத் தகுதியற்றவர்களாக இருந்தாலும். அது மழையைப் போல, வேதகாமமும் நமது அனுபவமும் சொல்வது போல, தகுதியுள்ளவர்கள் மட்டும் அல்லாது தகுதியற்றவர்கள் உள்பட அனைவரின் மீதும், அவர்களது தோல்வரை நனைக்கிறது.

மரணதண்டனை

கொலையைவிட ஒவ்வொரு மரணதண்டனையும் ஏன் மிகுந்த வருத்தத்தைத் தருகிறது?

மரணதண்டனை நிறைவேற்றுபவனின் பாவனை, அதற்கான தயாரிப்பு, இதோ இங்கே மற்றவர்களைப் பயமுறுத்துவதற்காக

ஒரு மனிதன் உபயோகப்படுத்தப்படுகிறான் என்ற நினைவு போன்றவையே அதற்குக் காரணம். ஏனென்றால், குற்றமுள்ளவர்கள் என்று எவரேனும் இருந்தாலும், அவர்கள் தண்டிக்கப்படுவதில்லை. அது ஆசிரியர்கள், பெற்றோர்கள், சூழ்நிலை, நாம் எனப் பலவற்றின் மீதும் காரணம் சொல்லப்படுகிறது. கொலைகாரனது சூழ்நிலையைத் தவிர.

நம்பிக்கை

பண்டோரா தனது பெட்டியில் இருந்த தீமைகளைத் திறந்து வெளியில் விட்டாள். கடவுள் மனிதனுக்கு, மிகவும் அழகான தோற்றமுடைய பெட்டியை 'சந்தோஷங்களின் பெட்டி' என்று பெயரிட்டு பரிசாகத் தந்தார். அதிலிருந்த எல்லாத் தீமைகளும் (உயிருள்ள, நகரும் பொருட்கள்) வெளியே பறந்தன; அன்றிலிருந்து அவை பறந்துகொண்டே மனிதனுக்குப் பகலிலும், இரவிலும் தீமைகளைச் செய்து வருகின்றன. ஒரே ஒரு தீமை மட்டும் வெளியே வரவில்லை; ஜீயஸ் கேட்டுக் கொண்டதற்கிணங்க, பண்டோரா பெட்டியை மூடிவிட்டதால், அது உள்ளேயே இருந்துவிட்டது. இப்போது மனிதன் தன் வீட்டிலேயே இந்த 'சந்தோஷங்களின் பெட்டியை' வைத்துக்கொண்டு, அதனுள் இருக்கும் புதையலுக்காகத் தன்னைத்தானே பாராட்டிக்கொள்ளவும் செய்கிறான்: அது அவனுடைய கட்டளைக்காகக் காத்திருக்கிறது; அவனுக்குத் தேவைப்படும் போதெல்லாம் அதை அவன் பிடித்துக்கொள்கிறான்.

ஏனென்றால் பண்டோரா வைத்திருந்தது தீமைகளின் பெட்டி என்று அவனுக்குத்தெரியாது. அதில் இன்னமும் இருக்கும் ஒரே தீமையை, அவன் தனது சந்தோஷத்தின் ஆதாரமாகப் பார்க்கிறான். அதுவே நம்பிக்கை. மனிதன், அவனைத் துன்புறுத்தும் தீமைகளின் இடையே வாழவும் தனது உயிரை எடுத்துக்கொள்ளாமல் வாழ்நாளில் துயரத்துடன் இருக்கவும் ஜீயஸ் விரும்பியதாகத் தெரிகிறது. இந்தக் காரணத்திற்காகவே அவர் மனிதனுக்கு நம்பிக்கையைத் தந்தார். உண்மையில் இதுவே மனிதனின் துன்பங்களை நீட்டிக்கும் பெரும் தீமையாகும்.

தெரியாத தார்மீகப் பாதிப்பின் அளவு

வாழ்வில் ஒருவருக்கு ஆழ்ந்த பாதிப்பை ஏற்படுத்தக் கூடிய எண்ணமும் ஆழ்ந்த அனுபவமும் கிடைக்கலாம் அல்லது கிடைக்காமல் போகலாம். உதாரணமாக, அநியாயமாகக் கொலை செய்யப்பட்ட அல்லது தியாகம் செய்து

உயிரைவிட்ட தந்தை, நம்பிக்கையற்ற மனைவி, வாழ்வை மாற்றும் விபத்து. அத்தகைய உணர்ச்சிகளின் வேகமே நமது வாழ்வின் போக்கையே மாற்றுகிறது. அவை எந்தச் சூழ்நிலைக்கு (அனுதாபம், உணர்ச்சிகள்) நம்மை இட்டுச் செல்லும் என்பதை யாரும் அறிவதில்லை. எவ்வளவு பாதிக்கப்படுவோம் என்றே அவனுக்குத் தெரிவதில்லை. மோசமான சூழல் ஒருவனை மோசமாக வைக்கிறது. நன்மை, தீமை என்பதைப் பொறுத்தவரை, நமது உயர்வும் தாழ்வும் உருவாவது நமது அனுபவங்களின் தரத்தினால் அல்ல, அவற்றின் அளவினால்.

சுதந்திரத்திற்கு எதிரான தியாகி

இயக்கம் ஒன்றில், மனிதன் ஒருவன் மிகவும் கோழையாகவும் அவனது தோழர்களை மறுத்துச் சொல்லவும் முடியாதவனாகவும் இருந்தான். ஒவ்வொரு நெருக்கடியிலும் அவனை உபயோகப்படுத்தியும் எல்லா நேரங்களிலும் அவனைத் தியாகங்கள் செய்ய வைத்தும் வந்தனர். அவனது நண்பர்களின் நல்லெண்ணத்தைச் சாவை விடப் பெரிதாக எண்ணியதால், அவனும் அனைத்தையும் செய்துவந்தான். அவன் ஒரு பரிதாபமான சிறிய மனிதன். அவர்களும் இதைப் புரிந்து இருந்ததால் அவனைப் பெரிய நாயகனாக்கி இறுதியில் அவனைத் தியாகியாகவும் ஆக்கிவிட்டனர். அந்தக் கோழையும் உள்ளத்தில் 'இல்லை' என்று சொன்னாலும் அவன் உதடுகளில் 'ஆம்' என்பதே வந்தது. இறுதியில் அவனும் தூக்குமேடையில் அவனது கட்சிக்காக உயிரை விட்டான்; அவனது அருகில் நண்பன் ஒருவன் நின்றதால் தூக்கிற்கும் அவன் மிகுந்த தைரியத்துடன் சென்றான். மரணத்தைத் தைரியமாக எதிர் கொண்டான் மிகுந்த உயர்ந்தவனாகவும் தியாகியாகவும் பார்க்கப்பட்டான்.

பொதுத் தரம்

சாதாரணச் செயல்களுக்குப் பழக்கமும் மோசமான செயல்களுக்குத் தற்பெருமையும் இழிவான செயல்களுக்குப் பயத்தையும் காரணம் என்று தெரிந்து கொண்டால் ஒருவர் தவறாக இருக்க முடியாது.

நல்லொழுக்கத்தைத் தவறாகப் புரிந்து கொள்ளுதல்

தீயொழுக்கத்தை மகிழ்ச்சி என்ற அனுபவம்கொண்ட எவரும், நல்லொழுக்கம் என்பதைச் சுயத்தை மறுத்தல் என்றே புரிந்துகொள்ள முடியும். மாறாக, தனது வேட்கைகளாலும் தீயொழுக்கத்தினாலும் பாதிக்கப்பட்ட

ஒருவன், நல்லொழுக்கத்தில் தன் ஆன்மாவின் அமைதியைத் தேடுகிறான். இதனாலேயே இரண்டு நல்லொழுக்கம் கொண்ட மனிதர்கள் ஒருவரை ஒருவர் தவறாகப் புரிந்துகொள்வது சாத்தியமாக இருக்கிறது.

துறவி

அடிமைத்தனத்தைத் துறவி நல்லொழுக்கமாகக் கொள்கிறான்.

மனிதர்களிடமிருந்து பொருட்களுக்கு மாற்றப்பட்ட கௌரவம்

காதலினால் செய்யப்படும் செயல்களும் மற்றவர்களுக்காகத் தியாகம் செய்வதையும் உலகம் பெரும் செயல்கள் என்று கொண்டாடுகிறது. எனவே காதலின் பொருட்களும் தியாகம் செய்யவேண்டிய பொருட்களும், அவை எந்தப் பொருள் மதிப்பும் இல்லாமல் இருந்தாலும், அவற்றின் மதிப்பில் உயர்கிறது. ஒரு வீரம் மிக்க ராணுவம் அது போராடும் பொருளின் மதிப்புக்குச் சான்றாகும்

தார்மீக உணர்வின் மாற்றாக லட்சியம்

லட்சியம் எதுவும் இல்லாத இயற்கையில், தார்மீக உணர்வுகள் வற்றுவதில்லை. லட்சிய உணர்வுள்ளவர்கள், தார்மீக உணர்வுகளுடன் சேர்ந்தும் அவற்றை ஒட்டியும் வாழமுடியும். எனவேதான், பெரும் லட்சியம் எதுவும் இல்லாத குடும்பங்களின் மகன்கள், தங்கள் தார்மீக உணர்வையும் இழக்கும்போது உதவாக்கரைகளாக மாறிவிடுகின்றனர்.

தற்பெருமை வளப்படுத்தும்.

தற்பெருமை இல்லாவிட்டால் நமது மனது என்னவாகும்! அது ஒரு நல்ல முறையில் அடுக்கி வைக்கப்பட்ட, அழகான, அனைவரையும் ஈர்க்கும் கடையைப் போல இருக்கிறது; அவர்கள் தங்களுக்குத் தேவையான எதையும் அதில் கண்டறியலாம், பெற்றுக்கொள்ளலாம். அதற்கு அவர்கள் கொண்டு வரவேண்டியது ஒன்று மட்டுமே, அது பாராட்டுக்கள்.

முதுமையும், இறப்பும்

மதரீதியான காரணங்களைத் தவிர, தன்னுடைய சக்திகளை மெதுவாக இழந்து கொண்டிருக்கும் வயதான ஒருவர், மெதுவாகத் தன்னுடைய அழிவை எதிர்நோக்குவது கவுரவமிக்கதாகவும், தனக்கென ஒரு வாழ்நாளைத்

தீர்மானிப்பது மாற்றாகவும் பார்க்கப்படுகிறது. இதுபோன்ற நேரங்களில், தற்கொலை என்பது இயற்கையானதாகவும், அவ்வாறு செய்வது அறிவின் வெற்றியாகவும் மதிக்கப்படவேண்டும்; கிரேக்கத் தத்துவ மேதைகளும், வீரமான ரோமானியர்களும் தங்கள் கைகளால் மரணத்தைத் தழுவியதன் மூலம் இத்தகைய பெருமையைப் பெற்றார்கள். மாறாக, மருத்துவர்களின் உதவியுடன் வாழ்வை ஒவ்வொரு நாள்களாக நீட்டித்துக்கொண்டு, தங்கள் வாழ்வையும் சரியான முறையில் வாழ முடியாமல் இருப்பது மிகவும் மரியாதைக் குறைவானதாகும். தற்கொலையில் இருந்து தப்பித்து அகதிகளாக இருப்பவர்களுக்கு மதங்களே அடைக்கலமாகும்; இப்படியாக உயிரை கையில் பிடித்துக் கொண்டிருப்பவர்களின் மூலமாக அவை வாழ்கின்றன.

பாதிக்கப்பட்டவர், தீமை செய்பவர் பற்றிய மாயை

ஏழையிடம் இருந்து பணக்காரர் ஒருவர் எதையேனும் பறித்துக் கொள்ளும்போது (உதாரணமாக, இளவரசர் ஒருவர் ஏழையின் காதலியைப் பறித்துக்கொள்ளும் போது), ஏழை மனிதனின் மனதில் ஒரு மாயை தோன்றுகிறது; அவனிடம் இருக்கும் சிறிதளவு சொத்தையும், பணக்காரர் பறித்துக் கொள்கிறாரோ என்பதே அந்த எண்ணம். ஆனால் பணக்காரரோ அவருக்கு இருக்கும் பல சொத்துகளில், இந்த ஒரு சொத்தை பற்றிய கவலை பெரிதாக இருப்பதில்லை. மேலும் அவரால், ஏழையின் இடத்தில் தன்னை வைத்துப் பார்ப்பதும் முடியாது. எனவே அவரால், ஏழை எண்ணுவது போல, தனது செயல் ஏற்படுத்தும் தீங்கைப் புரிந்துகொள்ள முடிவதில்லை. இருவருமே மற்றவரைப் பற்றிய தவறான எண்ணமே கொண்டிருக்கின்றனர்.

வரலாற்றில் பெரிதாகத் தெரியும் வலிமை மிக்கவர்களின் அக்கிரமங்கள், அவை பெருக்கப்பட்ட அளவிற்கு மோசமானவை அல்ல. தன்னை உயர்ந்தவராக எண்ணும், உயர்வான சூழலில் இருப்பவர்களை, அந்தச் சூழலே அவர்களைக் கடுமையானவர்களாகவும், மனசாட்சியை அமைதியாக வைத்திருப்பவர்களாகவும் மாற்றி விடுகிறது. நமக்கும் மற்றொருவருக்கும் இருக்கும் வித்தியாசம் மிகவும் அதிகமாக இருக்கும்போது நமக்கு அதில் எந்த அநீதியும் தெரிவதில்லை. ஒரு பூச்சியை அடிப்பதற்கு நாம் யோசிப்பதேயில்லை. அதனாலேயே, முதலாம் செர்காஸ் (Xerxes I), தனது படையெடுப்பை எதிர்த்து தொந்தரவும், நம்பிக்கையின்மையும் காட்டிய தனது சகோதரனைக்

கொன்றான் என்பதால் மிகவும் கெட்ட குணம் கொண்டவனாகப் பார்க்கப்படுவதில்லை. (கிரேக்கர்களும் அவரை மிகவும் நல்ல குணம் கொண்டவராகவே சித்தரிக்கிறார்கள்.) இந்த விஷயத்தில் அவரது சகோதரர் ஒரு தொந்தரவு தரும் பூச்சியாகவே பார்க்கப்படுகிறார்.

உலகின் அரசரை வெறுக்க வைக்கும் அளவிற்கு அவன் பெரிய மனிதன் இல்லை. உண்மையில் எந்த மனிதனும் அவனால் பாதிக்கப்பட்டவன் நினைக்கும் அளவிற்குக் கொடுமையானவர்களாக இருப்பதில்லை. வலி என்னும் கருத்தும் உணர்வும் ஒன்றாக இருப்பதில்லை. அநீதியான நீதிபதியும் மக்களின் எண்ணத்தைத் திசை திருப்பும் பத்திரிகையாளனும் இதற்குத் தகுந்த உதாரணங்கள். இதுபோன்ற விஷயங்களில் காரணமும் விளைவும் வேறுவேறான உணர்வுகளுக்கும் சிந்தனைகளுக்கும் தொடர்புடையவை. பாதிக்கப்பட்டவரும் அதற்குக் காரணமானவரும் ஒன்று போலச் சிந்திப்பார்கள் என்று நினைப்பதால் ஒருவரது குற்ற உணர்வு இன்னொருவரின் வலியோடு தொடர்புடையதாக இருக்கிறதாக நினைக்கப்படுகிறது.

ஆன்மாவின் தோல் மனிதனின் எலும்பு, தசை, உள்ளுறுப்புகள், ரத்த நாளங்கள் போன்றவை எப்படித் தோலால் மூடப்பட்டு மனிதன் பார்க்கக்கூடியவனாக இருக்கிறானோ, அப்படியே ஆன்மாவின் வேட்கைகளும் உணர்ச்சிகளும் தற்பெருமை என்னும் தோலால் மூடப்பட்டு இருக்கின்றன; அதுவே ஆன்மாவின் தோல்.

நல்லொழுக்கத்தின் தூக்கம்

நல்லொழுக்கம் தூங்கச் சென்றால் அது விழிக்கும்போது மிகுந்த வேகத்துடன் இருக்கும்.

அவமானத்தின் நுட்பம்

மனிதர்கள் ஆபாசமான எண்ணங்களுக்காக அவமானப்படுவதில்லை. ஆனால் அவர்கள் ஆபாசமான எண்ணங்களைக் கொண்டிருக்கிறார்கள் என்று யாரேனும் சந்தேகிக்கிறார்கள் என்று எண்ணும்போது அவமானமடைகிறான்.

குறும்புத்தனம் அரிது

பலரும் தங்களைப் பற்றியே எண்ணிக்கொண்டிருப்பதால், குறும்பு செய்வதில்லை.

இயன்றதன் சமநிலை

நமது விவேகத்தின் சக்தியைப் பொருட்டு அப்போது எது தேவையோ அதைக்கொண்டு நாம் பாராட்டப்படுகிறோம் அல்லது நம்மீது பழி போடப்படுகிறது.

மேம்படுத்தப்பட்ட லூக்கா 18:14

தன்னைத் தாழ்மைபடுத்திக்கொள்பவர்கள், தன்னை அனைவரும் பாராட்டவேண்டும் என்று எதிர்பார்க்கிறார்கள்.

தற்கொலையைத் தடுப்பது

ஒரு மனிதனின் வாழ்வை நாம் மறுப்பதில் நீதி இருக்கிறது. ஆனால் அவனது மரணத்தை மறுப்பதில் எந்த நீதியும் இல்லை. அது வெறும் கொடுமையாகும்.

தற்பெருமை

நாம் பிறரின் கருத்துகளுக்கு மிகவும் மதிப்புக் கொடுப்பதற்கு இரண்டு காரணங்கள் இருக்கின்றன. ஒன்று, அது நமக்குத் தேவையாக இருக்கிறது; இரண்டு, நாம் மற்றவர்களுக்கு மகிழ்ச்சி தர விரும்புகிறோம். பெற்றோருக்குக் குழந்தைகள், ஆசிரியருக்கு மாணவர்கள், நன்றாக இருப்பவர்கள் மற்றவர்களிடம் இருப்பதுபோல. இந்த இரண்டு காரணங்களைத் தவிர, வேறு காரணங்களுக்காக நாம் மற்றவர்களின் நல்லெண்ணத்தைப் பெற முயலும்போது தற்பெருமை என்பதைப் பற்றிப் பேச வேண்டி இருக்கிறது. இதில் மனிதன் தன்னுடைய மகிழ்ச்சியை அதிகரிக்க விரும்புகிறான். ஆனால் இதை அவன் பிறரிடம் தன்னைப் பற்றிய பொய்யான கருத்துகளை உருவாக்கியோ அல்லது மற்றவர்களைப் புண்படுத்தக்கூடிய வகையில் தன்னைப் பற்றிய நல்லெண்ணத்தை உண்டாக்கவோ (பொறாமையைக் கிளப்பி) செய்கிறான்.

ஒவ்வொருவரும் மற்றவர்களுடைய கருத்துகள் மூலம், தன்னைப் பற்றிய கருத்துகளை மேலும் வலுப்படுத்தவும் அவற்றிற்கு அங்கீகாரம் பெறவும் விழைகிறான்; ஆனால் மனிதன் உண்டான நாள் முதல் அவனுடன் இருக்கும் அதிகாரமும் தங்களைப் பற்றிய கருத்துகளைப் பெறவும் அதாவது, தங்களுடைய கருத்துகளைவிட மற்றவர்களின் கருத்துகளை அதிகாரத்தின் மூலமாகத் தங்களுக்கு வேண்டிய வகையில் பெறவும் செய்கின்றனர். தன்னைப்

பற்றிய வீண் ஜம்பம் எந்த அளவை எட்டும் என்றால், முதலில் தன்னைப் பற்றிய பொய்யான, உயர்ந்த மதிப்பை மற்றவர்களிடம் சொல்லவும் பின்னர், தன்னைப் பற்றிய மதிப்பீட்டிற்குப் பிறரின் அதிகாரத்தின் மீது சார்ந்திருக்கவும் செய்யும். அதன் மூலம், அவன் தான் உண்மை என்று நம்புவதற்கு ஓர் ஆதாரத்தை மாயமாக உருவாக்குகிறான். எனவே தற்பெருமை பேசும் மனிதன் மற்றவர்களை மகிழ்ச்சிப்படுத்துவதை விரும்புவதில்லை என்பதையும் அவன் அதற்காகத் தன்னுடைய நலன்களையும் தாண்டிச் செல்வான் என்பதையும் அறியலாம். ஏனென்றால் அவன் சக மனிதர்களிடம் பொறாமையையும் அவனைக் குறித்து அவர்கள் நல்ல முறையில் எந்த எண்ணமும் கொள்ளாமல் இருக்கவும் செய்வதன் மூலம் தன்னைப் பற்றிய மகிழ்ச்சியைத் தனக்கு மட்டும் தந்துகொள்கிறான்

மனிதக் குல அன்பின் எல்லை

அடுத்தவரை கழுதை என்றோ பொறுக்கி என்று சொல்லிய எவனும் அந்த அடுத்தவர் தன்னைக் கழுதை இல்லை என்றோ, பொறுக்கி இல்லை என்றோ நிரூபித்துவிட்டால் பெரும் கோபம் அடைவான்.

தார்மீகத்தின் தேம்பல்

தார்மீக ஒழுக்கம்தான் எவ்வளவு மகிழ்ச்சியைத் தருகிறது! பெரிய மனதுடைய, உன்னதமான செயல்கள் எப்படிக் கடல் அளவு ஆனந்தக் கண்ணீரை உண்டாக்குகின்றன என்று யோசித்துப் பாருங்கள்! மொத்தப் பொறுப்பின்மை மட்டும் முன்னே வந்துவிட்டால், வாழ்வின் அழகே அழிந்துவிடும்.

நீதியின் ஆரம்பம்

நீதி (நியாயம்) என்பதன் ஆரம்பம் அதிகாரத்தில் ஒரே நிலையில் இருப்பவர்களிடையே இருந்ததாகத் துசிடிடிஸ் (Thucydides - ஏதெனியன் மற்றும் மெலியன் தூதுவர்களிடையே நடந்த பேச்சு வார்த்தையின்போது) கூறுகிறார். ஆகவே எங்கே யார் ஒருவர் உயர்வானவர் என்பது தெளிவாக இல்லையோ அங்கு நடக்கும் போராட்டம், இருபுறமும் தேவையில்லாத பாதிப்பையே உருவாக்கும். அதிலிருந்தே இருபுறமும் புரிதல் ஏற்பட்டு சமரசம் ஏற்படும். இப்படியாக இருபுறமும் பரஸ்பரம் ஏற்படுவதே நீதியின் முதல் இயற்கையாகும்.

ஒவ்வொருவரும் மற்றவரை விடத் தாங்கள் மேலாகக் கருதும் ஒன்றை பெறுவதாகத் திருப்தி அடைகின்றனர். ஒவ்வொருவரும் மற்றவரிடம் அவர்கள் விரும்பும் ஒன்றை கொடுத்து, தாங்கள் விரும்புவதைப் பெறுகின்றனர். எனவே நீதி என்பது பழிவாங்குவதாகவும் ஒரே அளவு அதிகாரத்தில் இருப்பவர்களிடையே நடக்கும் பரஸ்பர மாற்றாகவும் இருக்கிறது. பழிவாங்குவதும் ஒருவிதத்தில் இத்தகைய பரஸ்பர மாற்றாக இருப்பதால் அதுவும் நீதியாகவே பார்க்கப்பட்டது. அது போலவே நன்றியும். நீதி என்பது தன்னைக் காத்துக்கொள்ளும் சுயநலத்தின் இயற்கையே ஆகும். 'எந்த நோக்கமும் இல்லாமல் என்னைக் காயப்படுத்திக்கொண்டு, எந்த முடிவிற்கும் இல்லாமல் எதற்காக எதையும் செய்யவேண்டும்?' என்றே தோன்றும். இவ்வளவுதான் நீதியின் ஆரம்பமாகும்.

மனிதர்கள் தங்களது பழக்கத்தினால் இத்தகைய நியாயமான அறிவான செயல்களின் உண்மையான காரணங்களை மறந்துவிட்டதாலும், ஆயிரக்கணக்கான வருடங்களாகக் குழந்தைகளும் இதுபோன்ற செயல்களைப் பாராட்டி, அவர்களும் அதுபோலச் செய்ய ஊக்கப்படுத்துவதால் இவை சுயநலமற்ற செயல்களாகத் தெரிகிறது. இத்தகைய அடித்தளத்தின் மீதே எப்போதும் உயர்ந்து கொண்டிருக்கும் இவர்களின் உயர்ந்த மதிப்பீடு ஏற்படுத்தப்பட்டு, அதன் பொருட்டு தன்னைத் தியாகம் செய்வதும் முன்னிலைப்படுத்தப்பட்டு, அதற்காக ஒருவரின் வலியும் செயலும் மரியாதை மிக்கதாகப் பார்க்கப்படுகிறது. இத்தகைய மறதி இல்லையென்றால் உலகம் எவ்வளவும் ஒழுக்கமற்றதாகத் தெரியும். மனிதனின் உயர்வின் வாசலில் நிற்கும் வாயிற்காப்போனாகக் கடவுள் மறதியைப் படைத்திருக்கிறார் என்று கவிஞர்கள் கூறக்கூடும்!

எளியோருக்கான சட்டத்தை பற்றி

பாதிக்கப்பட்டவர்கள், உதாரணத்திற்கு முற்றுகையிடப்பட்ட நகரம் என்று வைத்துக் கொள்வோம். அது அவர்களைவிட வலிமையானவர்களிடம் நிபந்தனைகளுடன் சரணடையும்போது, அதன் இன்னொரு புறமாக நகரம் பொலிவிழந்து எரிக்கப்பட்டும் அழிக்கப்பட்டும் வெற்றி பெற்றவர்களின் மகிழ்வு சற்றுக் குறைக்கப்படுகிறது. இதன்மூலமாக ஒரு விதமான சமநிலை கொண்டுவரப்பட்டு அதுவே சட்டம் என்று சொல்லப்படுகிறது. இதை அப்படியே வைத்திருப்பதில் எதிரிக்குத் தேவை இருக்கிறது.

எப்படி அடிமைகளுக்கும் முதலாளிகளுக்கும் இடையேயான சட்டத்தில் முதலாளிக்குத் தேவையான அளவில் மட்டுமே சட்டம் இருப்பது போன்றது. எனவே சட்டம் என்பது முதலில் இரண்டு பக்கங்களில் வலிமை வாய்ந்த, நிலையான, வெல்லமுடியாத பக்கத்தைச் சார்ந்தே இருக்கிறது. இதில் வலிமை குன்றியவர்களுக்குச் சில உரிமைகள் இருந்தாலும், அவை குறைவான அளவிலேயே இருக்கும். எனவேதான் ஒருவனின் அதிகாரத்தின் நீளத்தைப் பொறுத்து அல்லது அவனது அதிகாரம் நீளுவதாக நம்பப்படும் அளவிற்குச் சட்டம் அவனது பக்கத்தில் இருக்கிறது என்று சொல்லப்படுகிறது.

தார்மீகத்தின் மூன்று கட்டங்கள்

எப்போது மிருகத்தின் செயல்கள் உடனடியாகக் கிடைப்பதில் இருந்து, எப்போதும் உபயோகப்படும் வகையில் மாறுகிறதோ, அப்போதே அவை மனிதத்தன்மை பெறுகின்றன; அப்போதே அவன் உபயோகத்திற்குத் தேவையானபடியும் நோக்கத்தைச் செய்யும்படியும் ஆகிறான். இதுவே அறிவின் முதல் விதியாகும். இதனினும் உயர்ந்த நிலையில் அவன் தனது நடத்தையைக் கவுரவத்தின் பொருட்டு மாற்றுகிறான். அதன்மூலம் தனது உணர்வுகளின்மீது அவன் ஆதிக்கம் பெற்று, விதிகளுக்கு ஏற்றபடி வாழ்வை அமைத்துக் கொள்கிறான். இது அவனை அவனது உடனடி தனிப்பட்ட தேவைகளுக்காக வாழ்வதில் இருந்து மேலே உயர்த்துகிறது. அவன் மரியாதை கொடுக்கவும் மரியாதையை எதிர்பார்க்கவும் ஆரம்பிக்கிறான். (இப்போது அவன் மற்றவர்களின் மீதான தனது கருத்தும், தன்னைப் பற்றிய மற்றவர்களின் கருத்தும் உபயோகமானவை என்று நினைக்கிறான்.

இறுதியாக, (இதுவே தார்மீக ஒழுக்கத்தின் உயர்ந்த நிலை) அவன் மனிதர்களையும் பொருட்களையும் பற்றிய தனது விழுமியங்களின் பொருட்டு வாழ ஆரம்பிக்கிறான். அவனே முதலில் தனக்கும் பின்னர் மற்றவர்களுக்கும் எது கௌரவமானது, எது உபயோகமானது என்று முடிவெடுக்க ஆரம்பிக்கிறான். கவுரவம் மற்றும் உபயோகத்தின் பொருட்டு, தன்னுடைய உயர்ந்து வரும் கருத்துகளின் மூலம், மற்றவர்களுக்குச் சட்டத்தை வழங்குவானாக மாறுகிறான். தன்னுடைய உபயோகத்தைவிட எது உயர்ந்த உபயோகம் கொண்டது (அதாவது, அனைவருக்கும் பொதுவான, எப்போதும் இருக்கும் உபயோகம்) என்பதைத்

தனது அறிவின் மூலம் பகுத்தறியத் தெரிந்துகொள்கிறான். அப்படியே தற்காலிகமாக இருப்பதைவிட, எது பொதுவானதாகவும், எப்போதுமிருக்கும் கவுரவமாகவும் இருப்பதை அறிந்துகொள்கிறான்; கூட்டான தனித்துவமாக வாழவும் செயல் புரியவும் ஆரம்பிக்கிறான்.

வளர்ந்த மனிதனின் நெறிமுறை

நற்பண்பு எண்பது தார்மீக நடத்தையின் தனித்துவமான குணம் என்பதாகப் பார்க்கப்படுகிறது. இத்தகைய நடத்தைக்குப் புகழையும் அங்கிகாரத்தையும் கொடுப்பதாக உலகளாவிய அளவில் பார்க்கப்படுகிறது. இந்தப் பார்வையில் இருந்து மிகவும் வேறுபடப் போவதில்லை என்றாலும், இப்போது பொதுவாக இருக்கும் பார்வை, பொது நலன் என்பது தனிப்பட்ட நலன் பற்றிய கவலைகளில் இருந்தே வருகிறது என்பதாகும்; எனவே சுயநலத்தை முதன்மையாகக் கொண்ட பார்வையின் மூலமே ஒழுக்க நடத்தை பற்றிய நமது இன்றைய பார்வை தோன்றியிருக்கவேண்டும். (உலகளாவிய பயன்பாட்டுத்தளம்?) ஒருவர் தன்னை முழு ஆளுமையாகப் பார்த்து, தன் செயல்கள் அனைத்தையும் அந்த ஆளுமையின் நலனை மனதில்கொண்டு செய்வது, இன்னொருவரின் மீதான அனுதாபத்தினாலும் மற்றவர்களின் நன்மைக்காகவும் செய்யப்படும் செயல்களைவிட மேலான முடிவுகளைக் கொடுக்கக்கூடியது.

ஆனால் நமது ஆளுமைகளை நாம் எவ்வளவு அவமதிக்கிறோம் என்றால், அவை நமது கவனம் இல்லாததால் சேதமடைந்துவிடுகிறது. எனவே நமது நலனிற்கு எதையும் செய்வது என்பது மிகவும் மோசமான விஷயமாகப் பார்க்கப்பட்டு இப்போது நாம் நாட்டிற்கும் அறிவியலுக்கும், இல்லாதவர்களுக்கும் கொடுக்கப்படுகிறது. எனவே நாமும் இப்போது நமது நலன் எந்த அளவிற்கு இருக்கிறதோ அவ்வளவிற்கு மட்டுமே மற்றவர்களுக்கு உதவுகிறோம். ஒருவரின் நன்மை என்று புரிந்து கொள்ளக்கூடியதைப் பொறுத்ததே முழு விஷயமும்; வளர்ச்சியடையாத கடுமையான ஆளுமை கொண்டவர்களே இதைத் தேவையானதாக மதிப்பிடுகிறார்கள்.

நெறிமுறைகளும் பயன்பாடும்

பரம்பரை பயன்பாடுகளில் இருக்கும் சட்டங்களுக்குப் பணிந்துபோவதே ஒழுக்கமானதாகவும் நல்லதாகவும் பாராட்டக் கூடியதாகவும் இருப்பதாகக் கருதப்படுகிறது.

இப்படிப் பணிந்துபோவது உடனடியாகவோ, மிகுந்த கஷ்டத்துடனோ செய்வது என்பது தேவையற்ற விளக்கமாகும். பணிந்துபோவதே

போதுமானதாகும். இப்படிப் பாரம்பரியமாக வாழ்வதே நன்மை என்பதாகவும் புரிந்துகொள்கிறான். எதுவாக இருந்தாலும், இயற்கையாகவோ, பாரம்பரியமாகவோ சிறிது முயற்சியும் இல்லாமல் செய்து விடுவார்கள் (உதாரணமாக, பண்டைய கிரேக்கர்கள் பழிக்குப் பழி வாங்குவதை நல்ல ஒழுக்கம் என்று எண்ணி இருந்தார்கள்.) அவனை நல்லவன் என்று கூறுவது, அவன் ஏதோ ஓர் உபயோகத்திற்காக நல்லவனாக இருப்பதாலேயே. அனுதாபம், நன்மை, கருத்தாக இருப்பது, மிதமாக இருப்பது போன்றவை நல்லவிதமான நடத்தையாக இருப்பதால், இறுதியாக அவன் நல்ல உபயோகத்திற்காக நல்லவனாகக் கருதப்படுகிறான். நல்ல மனிதன், உதவிகரமானவன் என்பதாலேயே நல்லவன் எனப்படுகிறான். முதலில் அவனுடைய உபயோககரமான குணங்களே முன்னுக்கு வருகின்றன. கெட்டது என்பது பழக்கமில்லாததாகவும் மாறுபாடானதாகவும் பயன்பாடு இல்லாதவற்றைப் போன்ற செயல்களைச் செய்பவராகவும், எவ்வளவு அறிவானதாகவும் சரியில்லாததாகவும் இருந்தாலும், அப்படிப்பட்ட பாரம்பரியத்தை எதிர்ப்பதாகவும் பார்க்கப்படுகிறது.

ஒருவருடைய சமூகக் குழுவிற்கும், சமூகத்திற்கும் (ஒருவரது பக்கத்து வீட்டுக்காரருக்கும் கூட) தீமை செய்தால் அது பல தார்மீகச் சட்டங்களின்படி, வெவ்வேறு காலங்களில் ஒழுக்கமில்லாத செயலாகப் பார்க்கப்பட்டு, ஒருவரது அண்டை வீட்டிற்கோ, சமூகத்திற்கோ தீங்கு செய்வது கெட்டது என்றே பார்க்கப்படுகிறது. சுயநலம் என்பதும், சுயநலமற்றது என்பதும், ஒழுக்கம், ஒழுக்கமின்மை; நன்மை, தீமை போன்ற அடிப்படை நேரெதிர்களைப் போன்றதல்ல; ஆனால் அது பாரம்பரியச் சட்டங்களை மதிக்கிறோமா இல்லையா என்பதைப் பொறுத்தது. பாரம்பரியம் எப்படி ஆரம்பிக்கிறது என்பது தேவையில்லாதது; எப்படி என்றாலும், அவை நன்மை, தீமை முதலியவற்றைப் பொறுத்து உண்டாவதில்லை. மாறாக அந்தச் சமூகத்தையும் இனத்தையும் நாட்டையும் உண்டாக்கி, காத்துக்கொள்வதற்காக உண்டாவது.

ஒவ்வொரு மூடநம்பிக்கையுள்ள பழக்கமும், ஏதோ ஒரு பாரம்பரிய நிகழ்வைத் தவறாகப் புரிந்துகொண்டு, அதுவே

ஒழுக்கம் என்று கருதப்படுகிறது. அதில் இருந்து விலகிச் செல்வது ஒழுக்கமற்றது என்று கூறுவது, சமூகத்திற்கு அது நன்மையில்லை என்பதாலேயே. (ஏனென்றால், அந்த ஒழுக்கமின்மையின் தண்டனையைக் கடவுள் சமூகத்திற்கே தருகிறார், தனிப்பட்ட மனிதனுக்கு அல்ல.) இப்படியே ஒவ்வொரு பாரம்பரியமும் எவ்வளவு பழையதோ, எவ்வளவு குழப்பமான தோற்றம் கொண்டதோ அப்படியே அது மிகவும் வணங்கப்படுவதாக மாற்றப்படுகிறது. அதை வணங்குவது ஒவ்வொரு தலைமுறைக்கும் அதிகமாகிக்கொண்டே செல்கிறது. அப்படியே அது புனிதப்படுத்தப்பட்டு, வணங்கப்படுகிறது. எனவே பக்தியின் மூலம் என்பது சுயநல நடத்தையில் இல்லாமல், அதிகமான ஒழுக்கத்தில் இருந்தே ஆரம்பிக்கிறது.

தார்மீகத்தின் மகிழ்ச்சி

சக்தி வாய்ந்த மகிழ்ச்சியின் வகை ஒழுக்கத்தின் ஆரம்பமாக என்பது ஒரு வழக்கம். வழக்கமாக இருப்பது எளிதானது, சிறந்தது என்பதால் அதுவே முன்னுரிமையானது. இதில் ஒரு மகிழ்ச்சி உணரப்படுகிறது. இந்த நடைமுறை அதுவே நன்றாக இருக்கிறது என்பதை அனுபவம் காட்டுகிறது. புதியதாகவும், இன்னமும் நடைமுறைக்கு வராத பழக்கங்களுக்கு முரணாக இன்னமும் வாழ்ந்து கொண்டிருக்கும் பழக்கங்கள் அல்லது ஒழுக்க நடைமுறைகள் எல்லாம் நன்மையாக இருக்கிறது. அதற்குக் காரணமாக இவை எல்லாம் உபயோகமானதாகவும் ஒத்துக்கொள்ளக் கூடியதாகவும் இருப்பதே. மனிதனால் அவனது பார்வையை நிர்ப்பந்தப்படுத்த முடியும் என்றால் அவன் அதைத் தன்னுடைய பழக்கங்களை, தனது வாழ்நாளின் அறிவாகக் கருதுவதால், நிறுவனப்படுத்தவே முயல்கிறான். எனவே, தனிப்பட்ட நபர்களின் சமூகமாக இருக்கும்போது, தங்களுக்குள்ளேயே ஒரே பழக்கத்தையும், ஒழுக்கத்தையும் நிறைவேற்றவேண்டும் என்று நினைக்கிறார்கள். இதில் இருக்கும் தவறென்பது: ஒரு குறிப்பிட்ட பழக்கம் என்பது உணர்வுகளுக்கு ஒத்து வருவதாகவும் குறைந்தபட்சம் இந்தப் பழக்கம் என்பது முக்கியமாக இருக்கவேண்டும் என்று இருப்பதாலும், அதுவே அவர்களது நல்லதற்குத் தேவையான ஒரு பொருளாக இருக்கிறது. வாழ்வின் நலன் என்பது அதிலிருந்தே வருகிறது. வாழ்வதற்கான பழக்கங்கள் என்பதே அங்கிருந்து ஒழுக்க நடைமுறைகளாக மேலும் வலுப்படுத்தப்படுகிறது.

எல்லாம் எப்போதும் போல நடக்கிறது என்று மூடத்தனமான கோபம் இருந்தாலும், உண்மையான காரணங்கள் கீழிருக்கும் மக்களுக்கு மட்டுமே விதிக்கப்படுகிறது. மிகவும் கடினமாகக் கடைப்பிடிக்கவேண்டிய பழக்கம் என்றாலும் அதன் உபயோகத்திற்காகவே அது கடைப்பிடிக்கப்படுகிறது. வேறு ஒரு பழக்கத்தினால் அதைப் போன்ற திருப்தியையோ, அதனினும் மேலான திருப்தி கிடைக்குமா என்பதும் தெரியாது. காலப்போக்கில், முதலில் எவ்வளவு கடினமாக இருப்பதாக நினைத்தாலும் எல்லாப் பழக்கங்களும் அனைவருக்கும் ஒத்துப்போக ஆரம்பித்து விடுகிறது. மிகவும் கடினமான வாழ்வும் வெறும் பழக்கமாகவும் சில நேரங்களில் மகிழ்ச்சியாகவும் ஆகிவிடுகிறது.

மகிழ்ச்சியும் சமூக உள்ளுணர்வும்

மனிதன் தன்னுடைய ஆளுமை அனுமதிக்கும் அளவிற்கு, பிற மனிதர்களுடன் பழகும்போது கிடைக்கும் மகிழ்ச்சியான உணர்வுகளின் மூலம் ஒரு புதுவிதமான இன்பத்தை அனுபவிக்கிறான். இத்தகைய மகிழ்ச்சியான உணர்வுகள் மிகவும் விரிவானதாக இருக்கும். தாய் தன்னுடைய குழந்தைகளைப் பார்த்துக்கொள்வது போல, மனிதன் இந்த உணர்வுகளை, முன்காலத்தில் மிருகமாக இருந்தபோது சேர்ந்து விளையாடியதில் இருந்தே மகிழ்ச்சியான உணர்வைப் பெற்று வருகின்றனர். அப்படியே பாலுணர்வையும் நாம் பார்க்கவேண்டும். அதுவே ஒவ்வொரு இளம் பெண்ணும், இளைஞர்களின் மகிழ்ச்சிக்குக் காரணமாக இருப்பதைப் பார்க்கலாம். மனிதர்களின் உறவில் கிடைக்கும் மகிழ்ச்சி, மனிதர்களை நன்றாக உணரச்செய்கிறது.

பொதுவாக அனுபவிக்கப்படும் மகிழ்ச்சியும், மற்றவர்களுடன் சேர்ந்து அனுபவிக்கப்படும் இன்பமும் அதிகரிக்கிறது. தனிப்பட்ட மனிதனுக்கு அதில் ஒரு பாதுகாப்புக் கிடைக்கிறது. இன்னமும் மேலான குணம் வருகிறது. நம்பிக்கையின்மையும் வன்மமும் விலகுகிறது. மனிதன் தான் பயன்பெறுவதாக உணர்ந்து, அப்படியே மற்றவர்களும் உணர்வதைப் பார்க்கிறான். மகிழ்ச்சியை ஒருவருக்கொருவர் பகிர்ந்துகொள்வது அதிலிருந்து, அனுதாபத்தை பகிரவும், ஒருமைப்பாட்டை உயர்த்தவும் உதவுகிறது. புயல் போன்ற பொதுவான ஆபத்தில், அப்படியே பொதுவான துன்புறுத்தலும் நிகழ்கிறது. இதுபோன்ற அடித்தளங்களில் இருந்தே முன்பு கூட்டணிகள் உருவாகின; அவற்றின் நோக்கம் பொதுவான பாதுகாப்பும் தீமை வரும் நேரங்களில்

உதவியும் தனி மனிதனுக்கு நலனுமாகும். இப்படியே மகிழ்ச்சியில் இருந்து சமூக உள்ளுணர்வு கிளைக்கிறது.

தீயவை என்று சொல்லப்படும் செயல்களின் குற்றமற்ற உணர்வு

எல்லாத் தீயச் செயல்களும் தன்னைக் காப்பாற்றிக்கொள்ளும் உணர்வில் இருந்தே வருகிறது. சரியாகச் சொல்லவேண்டும் என்றால், ஒரு தனிமனிதனின் மகிழ்ச்சிக்காகவும் அவனது தன்னுடைய வலியை விலக்குவதற்கான விருப்பத்திற்காகவும். இதனாலேயே இவை கெட்டவை என்று சொல்லப்படுகிறது. தத்துவவாதிகளின் மூளையைத் தவிர வேறெங்கும் 'தானே தயாரித்த வலி' என்பது இருப்பதில்லை. அது போலவே 'தானே தயாரித்த இன்பமும்' இருப்பதில்லை. (இதுவே ஸ்கோபன்ஹவர் சொல்லும் அனுதாபம்.)

மனிதனோ, குரங்கோ, நாம் பசியுடன் இருக்கும் நேரத்தில் மரத்திலிருந்து கனியைப் பறிக்க முயற்சிக்கும்போது குறுக்கே வந்தால், இன்றைக்கு முந்தைய நிலையில் நாம் அந்த உயிரினத்தைக் கொன்றுவிடுவோம். இன்றும் நாம் மிருகங்கள் அலைந்து திரியும் இடங்களில் இருந்தால் அதையே செய்வோம். இன்றைக்கு நம்மைத் தொந்தரவு செய்யும் தீய செயல்கள் எல்லாம், அவற்றைச் செய்பவர்கள் அனைவரும் சுதந்திரமாக அந்த விஷயத்தில் நடந்துகொள்வதாகவும், அந்தத் தீய செயல்களைச் செய்யாமல் இருப்பது அவர்களது கைகளில் இருப்பதாகக் கருதுகிறோம். இந்த நம்பிக்கையில் இருந்தே நமக்கு வெறுப்பும், பழிவாங்கும் எண்ணமும், நம் மொத்தச் சிந்தனையின் மாற்றமும் நிகழ்கிறது. அதுவே மிருகம் என்றால் நாம் அதைப் பொறுப்பில்லாமல் இருப்பதாகக் கருதுவதால் இந்தளவிற்குக் கோபப்படுவதில்லை.

தன்னைக் காப்பதில் இருந்து, பதிலுக்குத் தருவதாக மற்றவர்களுக்கு வலியைத் தருவது நிகழும்போது அது நாம் தவறாக முடிவு செய்வதாலேயே நிகழ்கிறது. எனவே அதுவும் குற்றமற்ற செய்கையே. முந்தைய காலங்களில், தனி ஒருவர் மிகவும் வேகத்துடனும் வன்முறையாகவும் மற்றொரு உயிரினத்தின்மீது நடந்துகொண்டு பயமுறுத்துவது, அந்த உயிரினத்தின் மீதான தனது அதிகாரத்தை நிலை நிறுத்தவே ஆகும். அப்படியே வலியோர் அனைவரும் எளியோரிடம் நடந்து கொள்கின்றனர். அவர்கள் இதற்குத் தங்களுக்கு உரிமை இருப்பதாகவும், இன்னமும் சரியாகச் சொல்லவேண்டும் என்றால், வேறு உரிமைகள் இதில் தலையிடுவதில்லை என்றும் நம்புகின்றனர்.

இன்று இத்தகைய உரிமை நாடுகளிடம் இருக்கிறது. எல்லாத் தார்மீக நடத்தைகளுக்கான அடித்தளமும் இதுபோன்ற பெரும் ஆளுமைகொண்ட தனி நபராலோ அல்லது கூட்டான சக்தியாலோ, உதாரணமாக, நாடு, சமூகம் எனப் பல தனி ஆளுமைகளை ஒன்றாகக் கட்டமைத்து, அதன் மீதே எழுப்பப்படுகிறது. தார்மீக நடத்தை, ஒழுக்கம் என்பது நிர்ப்பந்தத்தினாலே வருகிறது. இது வாழ்நாள் நீண்ட நிர்ப்பந்தம். அதன்மூலம் வலி தவிர்க்கப்படுவதாலேயே கடைப்பிடிக்கப்படுகிறது. முதலில் பழக்கமாகவும் பின்னர் தானாகவே கீழ்ப்படியவும் அதுவே உள்ளுணர்வாகவும் ஆகி விடுகிறது. இறுதியாக, இயற்கையாகவும் பழக்கமாகவும் இருக்கும் எல்லாவற்றையும் போல அது மகிழ்ச்சியுடன் சம்பந்தப்படுத்தப்பட்டு, நல்லொழுக்கம் என்று அழைக்கப்படுகிறது.

வெட்கம்

எங்கெல்லாம் மர்மம் இருக்கிறதோ, அங்கெல்லாம் வெட்கமும் இருக்கிறது; மனித நாகரிகத்தின் ஆரம்ப நாள்களில் இருந்தே இது மரபாகவே இருக்கிறது. எல்லா இடங்களிலும், ஏதோ ஒரு கடவுளின் சட்டப்படி, சில விதிவிலக்கான நேரங்கள் தவிர, மற்ற இடங்களில் அனுமதி மறுக்கப்பட்ட வந்திருக்கிறது. ஆரம்பத்தில் இந்த இடங்கள் மிகவும் அதிகமாக இருந்தது. அதன் அருகே ஒருவர் செல்லும்போது நடுக்கத்தையும் கவலையையும் பெறுவார். இதுவே உறவுகளுக்கும் நிகழ்ந்தது. குறிப்பாகப் பாலுணர்வு சார்ந்த உறவுகள். இந்த உறவுகள் இளம் வயதினரிடம் இருந்து தடுக்கப்பட்டும், முதிர்ந்த வயதினரின் உரிமையாகவும் கட்டமைக்கப்படுகிறது. பல கடவுள்களும் இந்த உறவுகளைக் காக்கவும் பரிசுத்தமாகவும் வைத்திருப்பதாக நம்பப்படுவதால், அவை படுக்கை அறைகளில் காவலாளிகளாக வைக்கப்பட்டன. (துருக்கியில் இத்தகைய அறை ஹராம் என்றும், புனிதமானதாகவும் கருதப்பட்டது. மசூதியின் முன்னறையும் இப்படியே அழைக்கப்பட்டது.)

அப்படியே அதிகாரத்தின் மையமாகக் கருதப்படும் அரசாட்சியும், மக்களுக்கு மர்மமானதாகவும் ரகசியங்களும் வெட்கமும் கொண்டதாகவும் இருக்கிறது. இன்றும் வேறு எதைப் பற்றியும் வெட்கப்படாத எவரும், இவற்றில் இன்னமும் மக்களிடையே இருக்கிறது. அப்படியே உள் இருக்கும் நிலைகளில் ஒன்றான ‘ஆன்மா’ என்பதும்

இன்னமும் தத்துவவாதிகள் இல்லாதவர்களிடமும் மர்மமாகவே பார்க்கப்படுகிறது. பல நூற்றாண்டுகளாக இது புனிதத்தன்மையில் இருந்து ஆரம்பித்ததாகவும், கடவுளுடன் நேரடியாகச் சேரும் வழியாகவும் பார்க்கப்பட்டது. எனவே இது கர்ப்பக்கிரகம் போன்ற புனிதம் கொண்டதாகவும், வெட்கப்பட வேண்டியதாகவும் பார்க்கப்படுகிறது.

மதிப்பிடாதே

பழைய காலங்களைப் பற்றி எண்ணும்போது, நாம் நியாயமில்லாத வெறுப்புகளை விலக்கிவிடவேண்டும். அடிமைத்தனத்தின் அநீதியையும், மக்களை அடக்கி வைத்திருப்பதையும் நமது இன்றைய தரத்தைக்கொண்டு பார்க்கக்கூடாது. ஏனென்றால் அந்தக் காலங்களில் நீதி என்பது அவ்வளவாக வளர்ச்சி அடையவில்லை. ஜெனோவாவை சேர்ந்த கால்வின் (Genoese Calvin) அவனது மருத்துவனான செர்வேட்டசை (Servetus) எரித்ததைக் கண்டிக்க முடியுமா? அது அவனுடைய அன்றைய நம்பிக்கைகளில் இருந்து வந்தது. திரிபு கொள்கை விசாரணையும் (Inquisition) இப்படியே பார்க்கப்படவேண்டும். அப்போதைய நமது கருத்துகள் பொய்யாகவும் அவர்களின் நடத்தை கொடுமையாகவும் தெரிவதன் காரணம், அந்தக் கருத்துகள் இப்போது நமக்கு மிகவும் அன்னியமாகப் போய்விட்டது. அத்தோடு ஒருவனை உயிருடன் எரிப்பது, எல்லோரையும் நரகத்தில் தள்ளுவதைவிட மேலல்லவா?

இருந்தாலும், இந்தக் கருத்து, அந்தக் காலகட்டத்தில், இன்னொரு பயங்கரமான கருத்தான கடவுளுடன் ஒன்றாகவே இருந்தது. இன்றும் நாம் அரசியல் புரட்சியாளர்களுக்கு எந்த இரக்கமும் காட்டுவதில்லை. அதைத் தேவையின் பொருட்டு என்று கருதி, அதற்கு மாற்றுக் கருத்துகளையும் நாம் யோசிப்பதில்லை. மிருகங்களிடம் குழந்தைகளும், இத்தாலியர்களும் காட்டும் கொடூரமும் இத்தகையதே. தேவாலய விதிகளில், மனிதனைவிட மிருகங்கள் தாழ்வானதாகக் கருதப்படுவதே காரணம். அப்படியே, அதிகாரத்தில் இருப்பவனும், அதை நிறைவேற்றுபவனும் வேறுவேறு என்ற நினைவே, வரலாற்றில்மனிதத்தன்மையற்ற, பயங்கரமான அனைத்தையும் சற்று கனிவுடன் நோக்க வைக்கிறது.

அதிகாரத்தில் இருப்பவன் எதையும் பார்ப்பதில்லை என்பதால், அவனால் செயலின் கொடூரத்தை

உணரமுடிவதில்லை. அதை நிறைவேற்றுபவனோ, ஆணையை நிறைவேற்றுவதால் தன் செயலுக்குப் பொறுப்பாகப் பார்ப்பதில்லை. இதனாலேயே பல மன்னர்களும் ராணுவத் தளபதிகளும் மிகவும் கொடூரமானவர்களாகத் தெரிகிறார்கள். சுயநலம் நமக்கு இதனாலேயே மிகவும் தீயதாகத் தெரிவதில்லை. காரணம் 'அண்டை வீட்டான்' என்னும் நமது கருத்து. இந்த வார்த்தையே கிறிஸ்தவ மதத்தில் இருந்து வருகிறது. உண்மையற்றது மிகவும் சிறியதாகவும், நம்மைப் பொறுத்தவரை அவர்கள் செடிகள், கற்களைப் போன்றவர்களே. இன்னொருவரின் துயரம் என்பது நாம் கற்றுக்கொள்ள வேண்டியது. அதுவும் முழுமையாகக் கற்றுக்கொள்ள முடியாதது.

'மனிதன் எப்போதும் சரியாகவே செய்கிறான்'

புயல் அடிக்கும்போது நாம் இயற்கையைக் குறை சொல்வதில்லை. ஆனால் மனிதன் காயப்படுத்தும்போது மட்டும் எப்படி அவனை நன்னடத்தை இல்லாதவன் என்று கூற முடியும். ஏனென்றால், இந்த விதத்தில் நாம் அவனது செய்கையைத் தன்னிச்சையாகவும் சுதந்திரமாகவும் இருப்பதாகக் கருதுவது. ஆனால் இந்த வேறுபாடு என்பது நமக்கு மாயை மட்டுமே. ஆனால் எல்லா நேரங்களிலும், இன்னொருவரை காயப்படுத்துவது ஒழுக்கமற்றதாகக் கருதப்படுவதில்லை. எனவே, நாம் நமக்கு எரிச்சலாக இருப்பதாலேயே பூச்சிகளை எந்தக் கவலையும் இல்லாமல் அடித்துக்கொல்கிறோம். நம்மையும், சமூகத்தையும் காத்துக்கொள்ளக் குற்றவாளிகளுக்குத் தண்டனை கொடுக்கிறோம்.

முதலாவது விஷயத்தில், தனிப்பட்ட ஒருவன் தன்னைக் காப்பாற்றிக் கொள்ளவோ அல்லது வலியைத் தவிர்க்கவேண்டியோ தண்டனை கொடுக்கிறோம். இரண்டாவது விஷயத்தில், நாடு அதைச் செய்கிறது. தேவைக்காகத் தண்டனையைக் கொடுப்பது என்பது தற்காத்துக்கொள்ளும் பொருட்டும், தேவைக்காகவும் இருக்கும்போது நியாயப்படுத்தப்படுகிறது. மனிதனுக்கு மனிதன் செய்யும் தீங்கை இதைக்கொண்டு நியாயப்படுத்தி விடமுடியும். இது மகிழ்ச்சியைத் தேடியோ, வலியைத் தவிர்க்கவோ செய்யப்படுகிறது. எப்படி என்றாலும், இது தற்காத்துக் கொள்வதே ஆகும். சாக்ரடீசும், பிளாட்டோவும் சரியாகச் சொல்கிறார்கள்; மனிதன், அவனது அறிவின் வளர்ச்சிக்கு ஏற்ப, எது நல்லது என்று தெரிகிறதோ அதைச்

செய்கிறான். அதுவே அவனது சிந்திக்கும் திறனின் அளவாகும்.

மனதை புண்படுத்தாத கெட்டவை

நல்லதல்லாத எதுவும் மற்றவர்களுக்கு வலியைத் தர வேண்டி இருப்பதில்லை. உதாரணமாக, பழி வாங்கும் உணர்வோ அல்லது உணர்ச்சி வசப்படுவதோ, நமது திருப்திக்காக மட்டுமே இருக்கிறது. மற்றவர்களின் மீதான நமது அதிகாரம் தரும் இன்பமோ ஆதிக்கம் செலுத்துவதில் கிடைக்கும் மகிழ்ச்சியையும் மட்டுமே நமது ஒவ்வொரு துன்புறுத்தும் செயலும் காட்டுகிறது. மற்றவர்களின் வலியில் இன்பம் காண்பதில் எதுவும் ஒழுக்கமற்றது இருக்கிறது. ஸ்கோபன்ஹவர் கூறுவது போலத் துன்புறுத்துவதில் இருக்கும் இன்பம், சாத்தானுக்குரியதா?

நமது வலிமையைக் காட்டுவதற்கு மட்டுமே நாம் கிளையை உடைக்கவும், கற்களை உடைக்கவும், காட்டு மிருகங்களுடன் சண்டை இடவும் செய்கிறோம். நமது மனசாட்சியைச் சிறிதும் எழுப்பாத இதுபோன்ற செயல்களால், இன்னொருவர் பாதிக்கப்படுகிறார் என்றால், இதே செயல்கள் ஒழுக்கமற்றவை ஆகி விடுமா?

இந்த அறிவு இல்லை என்றால், நம்மால் இந்தச் செயல்களில் நமக்கு எந்த மகிழ்ச்சியும் இருப்பதில்லை. ஏனென்றால், பிறரின் துன்பத்தில் இருந்தே நமக்கு மகிழ்ச்சி கிடைக்கிறது. எல்லா மகிழ்ச்சியும், அவற்றின் மட்டில், நல்லவையோ, கெட்டவையோ அல்ல. ஒருவர் மகிழ்ச்சியை அடையவேண்டி, பிறருக்குத் துன்பம் தரக்கூடாது என்பது எப்போது வந்தது?

நடைமுறை வழக்கத்தின்படி பார்த்தால், இந்த வலியின் விளைவாக, அதனால் பாதிக்கப்பட்ட நபரோ, நாடோ பதிலுக்குப் பழி வாங்க முற்படுவார்கள். இது ஒன்று மட்டுமே, இதனால் கிடைக்கும் மகிழ்ச்சியை மறுத்து இருக்கலாம். அனுதாபம் எப்படி மற்றவர்களின் திருப்தியை வெளியில் காட்டிக்கொள்வது இல்லையோ, அது போலவே நல்லதல்லாதவையும் பிறரின் வலியை விரும்புவதை வெளியில் காட்டிக்கொள்வதில்லை. நமது சுய திருப்திக்காக இருக்கும் மனநிறைவில் குறைந்தது இரண்டு (ஒருவேளை இன்னமும் பல) அடிப்படை பொருட்கள் இருக்கின்றன. ஒன்று, சோகத்தில் இருக்கும் அனுதாபம்

தரும் உணர்ச்சிகளின் மகிழ்ச்சியும் இன்னொன்று, செயலின் பொருட்டு ஒருவருக்கு அதிகாரத்தின் மூலம் கிடைக்கும் இன்பமும் ஆகும். துன்பத்தில் இருப்பவர் நமக்கு நெருக்கமானவர் என்றால், நாம் அனுதாபத்தின் மூலம் நமது வலியை குறைத்துக்கொள்கிறோம். சில தத்துவவாதிகளைத் தவிர, மற்றவர்கள் அனுதாபத்தைத் தார்மீக உணர்வுகளின் இறுதியில் வைக்கிறார்கள். அது சரியாகவே இருக்கிறது.

தற்பாதுகாப்பு

பொதுவாக, தற்காப்பை நாம் நியாயப்படுத்தினால், பின்னர் ஒவ்வொரு சுயநலமான ஒழுக்கமற்ற நடத்தையும் அதுபோலவே நியாயப்படுத்தலாம். கொள்ளையோ, கொலையோ, தன் உயிரைக் காக்கவோ, தனக்கு வந்த ஆபத்தை விலக்க மட்டுமே மற்றவர்களைத் துன்பத்தில் ஆழ்த்துகிறோம். நமது பாதுகாப்பும், இருப்பும் கேள்விக்கு உள்ளாக்கப்படும்போதோ அல்லது நமது நல்ல வாழ்வைத் தொடரவோ, தெரிந்தே நாம் பிறரைத் துன்புறுத்துவது நல்ல நடத்தையாக இருப்பதாகக் கருதப்படுகிறது. குற்றவாளிகளைத் தூக்கில் போடும்போது, நாடும் இதே நோக்கத்துடன் செயல்படுகிறது. தெரியாமல் தீங்கு செய்யப்படும்போது, அது விபத்தாகக் கருதப்படுவதால், நல்ல நடத்தையாகவே பார்க்கப்படுகிறது.

ஆனால் தெரிந்தே செய்யப்படும் தீங்கில் நமது வாழ்வின் இருப்பும், பாதுகாப்பும் இல்லாமல் இருக்கிறதா? வெறும் கெட்ட எண்ணத்தினால் மட்டுமே பிறரைத் துன்புறுத்துவது என்பது நடக்கிறதா?

மனிதனுக்குத் தன்னுடைய செயல் என்னவிதமான தீங்கு ஏற்படுத்தும் என்பது தெரியாது என்றால், அந்தச் செயல் பொல்லாததாகப் பார்க்கப்படுகிறது. எனவே குழந்தை மிருகத்தை வேண்டுமென்றே துன்புறுத்துவதில்லை என்பதால் அது நல்ல குழந்தை. அது மிருகத்தை விளையாட்டுப் பொருளாகக் கருதியே தொந்தரவு செய்கிறது. எந்த மனிதனாலும் தனது செயலால் பிறருக்கு எவ்வளவு தீங்கு நேரும் என்று கூற முடியுமா?

நமது நரம்பு மண்டலம் செல்லும் அளவிற்கு, நாம் நம்மை வலியில் இருந்து காத்துக் கொள்கிறோம். இதை நாம் பிறர்க்கு எடுத்துச் செல்லும்போது, நாம் யாருக்கும் வலியைத் தரக்கூடாது. (நம்மை நாமே மருத்துவத்திற்காக வெட்டிக்கொள்ளும் வலியோ அல்லது நமது

ஆரோக்கியத்திற்காக நாம் நம்மை வருத்திக் கொள்வதோ இதில் அடங்காது.) எனவே யாருக்கேனும் வலி நேரும்போது, நாமும் நமது நினைவின் மூலமும் கற்பனையின் மூலமும் அதே வலியை உணர முயல்கிறோம். ஆனால் பல் வலிக்கும், பல் வலியைக் கற்பனையில் உணர்வதற்கும் எவ்வளவு வித்தியாசம்! எனவே ஒருவர் துன்புறுத்துவதற்காக மற்றவருக்கு உண்டாக்கும் செயலின் வலியை நம்மால் உணரவே முடியாது. அந்தச் செயலில் மகிழ்வை (தன்னுடைய அதிகாரத்தை உணர்வதும், உணர்ச்சிப் பெருக்கை உணர்வதும்) வேண்டிச் செய்யப்பட்டாலும், அந்தச் செயல் தன்னுடைய நல்வாழ்வைக் காத்துக்கொள்ளச் செய்யப்படுவதால், அது தற்காப்பாகவும், தன்னைக் காத்துக்கொள்ளும் செயலாகவே பார்க்கப்படவேண்டும். மகிழ்ச்சி இல்லாமல் வாழ்வு இல்லை; மகிழ்ச்சிக்கான போராட்டமே, வாழ்வின் போராட்டமாகும். தனி மனிதன் ஒருவன் இந்தப் போராட்டத்தை நாம் நல்லது என்று சொல்லும் வழியில் தேடிச் செல்வானோ அல்லது தீங்கு என்று சொல்லும் வழியில் தேடிச் செல்வானோ அது அவனது அறிவின் அளவை பொறுத்தது.

பலன் தரும் நீதி

நீதியைப் பற்றிய கருத்தியலில் தண்டிப்பதையும், கொண்டாடுவதையும் பொறுப்பின்மை பற்றி நன்கு அறிந்த எவரும் அதனுடன் சேர்க்க மாட்டார்கள். ஏனென்றால், தண்டிக்கப்பட்டவன் அந்தத் தண்டனைக்குத் தகுதியானவன் இல்லை. மற்றவர்களைச் சில செயல்களைச் செய்யாமல் பயமுறுத்தவே தண்டனை தரப்படுகிறது. அதுபோலவே, கொண்டாடப்படுபவனும் கொண்டாட்டத்திற்குத் தகுதியானவன் இல்லை. அவனுக்குத் தரப்படும் பரிசும் மற்றவர்களை அதுபோன்ற செயல்களைச் செய்ய ஊக்கப்படுத்தவே தரப்படுகிறது. பந்தயத்தில் ஓடுபவனுக்கு மட்டுமே பாராட்டுக் கிடைக்கிறது, தனது இறுதி லட்சியத்தை எட்டியவனை அல்ல. ஒருவருக்குத் தானாகவே கிடைக்கும் எதுவும் தண்டனையாகவோ, பரிசாகவோ இருப்பதில்லை. அது அவனுக்கு நீதியின் பொருட்டு அல்லாது, அதன் பயனைப் பொறுத்தே தரப்படுகிறது.

எனவே புத்திசாலி மனிதன் நல்ல செயல்கள் செய்யப்பட்டதாலேயே ஒருவரைப் பாராட்டுவதில்லை. ஏனென்றால் தீய செயல் நடந்ததன் பொருட்டு ஒரு புத்திசாலி தண்டனை தருவதில்லை. இனி தீய செயல்கள்

நடக்கக்கூடாது என்பதற்காகவே தண்டனை தருகிறான். தண்டனையும், பரிசு தருவதும் நின்று விட்டால், சில செயல்கள் செய்வதற்கும் செய்யாமல் இருப்பதற்கும் எந்த ஊக்கமும் இல்லாமல் போய்விடும். மனிதர்கள் தண்டனையையும், பாராட்டையும் கட்டாயம் தொடரவேண்டும் என்று விரும்புவதன் காரணம் தற்பெருமை மட்டுமே. இதே காரணங்களுக்காகவே தற்பெருமையும் மனிதர்களுக்குத் தேவைப்படுகிறது.

நீர்வீழ்ச்சி

நீர்வீழ்ச்சியைப் பார்க்கும்போது, நாம் அதன் வளைவுகளையும், சுழிகளையும், அலைகளின் வேகத்தைப் பார்த்து நாம் அதைச் சுதந்திரத்திற்கும், உள் உணர்வுகளுக்கும் தொடர்பாகப் பேசுகிறோம். ஆனால் எல்லாமே கட்டாயமாகவும் கணித முறையிலும் கணக்கிடப்படுகிறது. அது போலவேதான் மனிதச் செயல்களும். நமக்குத் தெரிந்திருந்தால் நம்முடைய ஒவ்வொரு அறிவின் முன்னேற்றத்தையும் ஒவ்வொரு மாயையையும் ஒவ்வொரு தீயச் செயலையும் கணக்கிட விரும்புவோம். இவை அனைத்தும் தன்னிச்சையாகச் செயலாற்றுவதாக நினைத்தே மனிதர்கள் செய்கிறார்கள். திடீரென்று உலகத்தின் இயக்கம் முழுவதும் சிறிது நேரம் நின்றுவிட்டால், அந்த நேரத்தில் எல்லாவற்றையும் அறிந்த, முழு அறிவும் கொண்ட ஒருவர் உலகில் உள்ள எல்லா உயிர்களின் எதிர்காலத்தையும் உணர்ந்து, உலகத்தின் எதிர்காலப் போக்கையும் சரியாகக் கூறமுடியும். இந்த மாயையை, தனிமனிதன் தான் சுதந்திரமாக இருப்பதாக எண்ணி, அதையும் இந்தக் கணக்கீடும் விதத்தைச் சேர்ந்தது என்றே நினைக்கிறார்கள்.

பொறுப்பின்மையும் குற்றமின்மையும்

மனிதனின் செயல்களுக்கும், அவனது இயற்கைக்கும் காரணம் அவனது பொறுப்பின்மை. பொறுப்பையும் கடமையையும் மனித இயற்கையின் உன்னதமாகக் கருதும் எவருக்கும் கசப்பாகவே இருக்கும். அவனுடைய மதிப்பீடுகள், பிரியங்கள், வெறுப்புகள் அனைத்தும் பொய்யாகவும், மதிப்பில்லாமலும் போய் விடுகிறது. நாயகனாக அவன் அனுதாபம், அவனது ஆழ்ந்த உணர்வுகள் அனைத்தும் தவறு என்று உணர்கிறான்.

அவன் யாரையும் பாராட்டுவதில்லை, பழி போடுவதும் இல்லை. ஏனென்றால் பழி போடுவதும், இயற்கையையும், தேவையையும் பாராட்டுவதும் அறிவற்ற செயலாகத் தெரிகிறது. அழகான கலைப் பொருள் ஒன்றை அவன் பாராட்டாமல் (ஏனென்றால் அதனால் எதுவும் செய்ய முடியாது என்பதால்) இருப்பதும், ஒரு செடியின் முன்னே இருப்பது போலவே அவன் மனிதனின் நடத்தையின்முன், அவனது நடத்தை உட்பட நிற்கவேண்டும். அவன் வலிமை, அழகு போன்றவற்றை ரசித்தாலும், அவற்றிற்கு எந்த மேன்மையும் இல்லை என்பதை அறிந்திருப்பான்.

வேதியியல் செயல்முறையும், தனிமங்களின் மோதலும், உடல் நிலை சரியாக இருக்கவேண்டும் என நோயுற்றவனின் போராட்டங்களும், இருவேறு நோக்கங்களுக்கு இடையே போராடும் மனிதனின் போராட்டமும் ஒன்றாகவே இருக்கும். இந்த இருவேறு நோக்கங்களில் வலிமையானது வென்றாலும், அந்த வலிமையான நோக்கமே அவனைத் தேர்ந்தெடுக்கிறது. நாம் விஷங்கள் இருக்கும் என்று நினைக்கும் இடத்தில் இருந்தே, நாம் என்ன நல்ல பெயர் வைத்தாலும் இருக்கும் நோக்கங்களும் உண்டாகி இருக்கும். நல்ல, கெட்ட செயல்களின் இடையே பெரிதாக வித்தியாசம் இருப்பதில்லை. அவற்றின் அளவில் மட்டுமே வித்தியாசம் இருக்கிறது. நல்ல செயல்கள் மறைந்திருக்கும் தீய செயல்களே. தீய செயல்கள் என்பவை குறைபாடான, அழுக்கான நல்ல செயல்கள் மட்டுமே.

தனிமனிதனின் சுய திருப்தியை நோக்கிய ஏக்கம் (அதை இழந்துவிடுவோமோ என்ற பயமும்கூட), அவன் எப்படிச் செயல்பட்டாலும் எல்லா நிலைகளிலும் அவனுக்குத் திருப்தியைத் தந்துவிடுகிறது; அது தற்பெருமை, பழி வாங்குதல், இன்பம், உபயோகம், கெட்டவை போன்றிருந்தாலும், தியாகம், அனுதாபம், அறிவு போன்று இருந்தாலும் தனிமனிதனுக்கு அதில் திருப்தியே கிடைக்கிறது. அவனுடைய அறிவின் திறன் எந்தளவிற்கு வளர்ந்திருக்கிறதோ, அதன் பொருட்டு இந்த ஏக்கத்தின் பாதை செல்கிறது; ஒவ்வொரு சமூகமும், தனி மனிதனும், அவனுடைய நடத்தை எப்படி முடிவு செய்து பார்க்கப்படுகிறது என்றும், அதனால் அவனுக்கு என்ன பலன் கிடைக்கிறது என்பதையும் முன்னிட்டே இந்தப் பாதை இருக்கிறது.

ஆனால் இந்த மதிப்பீடு மாறிக்கொண்டே இருக்கிறது. அறிவின் திறன் குறைவாக இருக்கும் இடங்களில், முட்டாள்தனமான பல செயல்களும் தீயவை என்று குறிப்பிடப்படுகின்றன. நாம் இப்போது முன்பிருந்த மக்களின் கருத்துகளையும், நடத்தையையும் எப்படிப் பார்க்கிறோமோ, அப்படியே இன்னமும் பல காலத்தில், மனிதனின் அறிவின் வளர்ச்சி அதிகமாக இருக்கும் நேரத்தில், நமது இன்றைய கருத்துகளும், நடத்தையும் குறுகியதாகவும், சிறுமை உடையதாகவும் கருதப்படும். எனவே நமது இன்றைய எல்லாச் செயல்களின் முட்டாள்தனமானவை என்றும் கூறலாம். இவ்வாறாக அனைத்தையும் பார்ப்பது நமக்கு மிகுந்த வலியைக் கொடுத்தாலும், இதில் ஓர் ஆறுதலும் இருக்கிறது.

இந்த வலிகள் பிரசவ வலியைப் போன்றவை. வண்ணத்துப்பூச்சி தன்னுடைய கூட்டில் இருந்து வெளியே வர முட்டி, மோதி, கூட்டை உடைத்து வெளியே வந்தவுடன் அங்கிருக்கும் ஒளியில் குருடாகிறது. எனவே இதுபோன்ற சோகத்தை உணர முடிந்தவர்களாலேயே (எவ்வளவு குறைவான எண்ணிக்கையில் இவர்கள் இருக்கிறார்கள்!) மனிதக் குலம், தார்மீக நடத்தை, ஒழுக்கம் போன்றவற்றில் இருந்து அறிவார்ந்த உலகை நோக்கிச் செல்ல வைக்க முடியும். இந்தச் சிலரின் மீதே, புதிய வேதத்தின் கதிர்கள் விழுகின்றன; ஆனால் அங்கும் மேகங்கள் சூழ்ந்துள்ளன. அவற்றின் அருகிலேயே வெண்ணிறச் சூரிய ஒளியும், ஆழமான சோகமும் இருக்கிறது. எல்லாமே தேவைதான் என்கிறது இந்தப் புதிய அறிவு; இந்த அறிவும் தேவைதான். எதிலும் குற்றமில்லை. அறிவின் வழியிலேயே இந்தக் குற்றமின்மையைப் பார்க்கமுடியும்.

இன்பமும், சுயநலமும், தற்பெருமையின் வழியிலேயே நம்மால் ஒழுக்கத்தின் வழியையும், அதன் பலனையும், உண்மையின் உணர்வையும், ஞானத்தையும், சுய விடுதலையையும் எட்ட முடியும் என்றால், யாரால் அந்த வழிகளைத் தவறாகப் பேச முடியும்? அந்தப் பாதைகள் கொண்டு சேர்க்கும் லட்சியத்தைப் பற்றிய விழிப்புணர்வு வந்தால், யாரேனும் சோகமாக இருப்பார்களா?

நெறிமுறைகள் அனைத்தும் மாறிக்கொண்டே இருக்கும்; எல்லாப் பொருட்களும் ஓடிக்கொண்டே இருக்கின்றன. ஆனால் அவை அனைத்தும் நீரோடை போன்று ஓர்

இலக்கை நோக்கியும் சென்றுகொண்டே இருக்கிறது. நமக்குள்ளே பரம்பரையாக இருக்கும் தவறான முடிவுகள், காதல், வெறுப்பு போன்றவை இருந்துகொண்டே இருந்தாலும், விழித்தெழும் அறிவின் வீச்சு அதிகமாக, அதிகமாக அவை குறைந்துகொண்டே இருக்கும். புரிந்துகொள்ளும், அன்பாக இல்லாத, வெறுக்காத ஒரு புதிய பழக்கம் மெதுவாக எழுந்து வருகிறது. ஓர் ஆயிரம் ஆண்டுகளில் இந்தப் பழக்கம் வலுப்பெற்று, அதன்மூலம் புத்திசாலியான, குற்றமற்ற மனிதனை (குற்றமற்ற உணர்வை உணர்ந்தவன்) உண்டாக்கும் திறனை, இப்போது எப்படி அறிவற்ற, பகுத்தறியத் தெரியாத, குற்ற உணர்வுள்ள மனிதன் உருவாகிறானோ, அது போலப் பெறலாம். அதாவது, நமது அடுத்த அடி மேலானதை நோக்கியதாக, அதற்கு எதிர்மறையானதாக இல்லாமல் இருக்கும்.

3

ஆன்மிக வாழ்வு

தீயதிற்கு எதிரான இரட்டை போட்டி

நமக்குத் தீயது நேரும்போது; அதை நாம் இரண்டு விதமாக எதிர்கொள்ளலாம். ஒன்று அது நேர்ந்ததற்கான காரணத்தை நாம் அகற்ற முயலலாம். இல்லை என்றால் அது நமது உணர்வுகளின்மீது உண்டாக்கும் பாதிப்பை மாற்ற முயலலாம். எனவே தீயதை அதன் பலன்கள் சிறிது காலம் கழிந்து தெரிந்தாலும் நமக்கு நன்மை தருவதாக உணரலாம். ஆன்மிகமும், கலையும் (மீவியற்பியல் தத்துவமும்கூட) நாம் இந்த அனுபவத்தை எப்படி எதிர்கொள்கிறோம் என்பதான உணர்வை மாற்ற முயல்கின்றன (உதாரணமாக, 'கடவுள் நம் மீது அன்பாக இருக்கும்போது, நம்மைத் தண்டிக்கிறார்' என்பது போன்ற வாக்கியங்கள்.) இதைத் துயரத்தின் ஊடே மகிழ்ச்சியைக் கொண்டு வருவதன் மூலம் அவை செய்ய முற்படுகின்றன. (அதிலிருந்தே சோகக் கதைகள் வருகின்றன.)

இப்படியாக நாம் அவற்றை விளக்கவும் நியாயப்படுத்தவும் முயலும்போது, அவை நேர்வதற்கான காரணங்களைக் கண்டறிந்து, ஒழிக்க மறுக்கிறோம். தீமையின் வலியை மரத்துப்போகச் செய்வது, பல்வலிக்கு மருந்து போல, ஒருவருக்கு மிகுந்த துயரத்திலும் போதுமானதாக இருக்கிறது. இந்த மரத்துப்போகச் செய்யும் துறையில் இருக்கும் மதங்களும், மற்ற கலைகளும் அவற்றின் வேகத்தை

இழக்கும்போது, மனிதர்கள் தீமைகளை ஒழிக்கவேண்டிய வழிகளை நேரடியாகப் பார்க்க ஆரம்பிப்பார்கள். சோக கீதங்கள் எழுதக் காரணங்கள் குறைவதால், கவிஞர்கள் இதனால் சிரமப்படக்கூடும். மாறாத, மாற்றமுடியாத விதியைப் பற்றிய உண்மை தெரிவதால், மனிதனின் துயரங்களை மரத்துப்போகச் செய்தே வாழ்ந்திருக்கும் சாமியார்களுக்கும் வேலை இல்லாமல் போகலாம்.

துயரமே அறிவு

ஒருவர் ஆன்மிக மக்களின் பொய்யான பிரசாரக் கருத்துகளான மக்களை நல்ல வழியில் நடக்கச்சொல்லும் கடவுள், நமது ஒவ்வொரு செயலையும் பார்க்கும், பாதுகாக்கும், ஒவ்வொரு நொடியும், சிந்தனையும், நம்மை அன்பால் செலுத்தி, நமது நலனை ஒவ்வொரு துயரத்திலும் காக்கும் கடவுள் போன்ற மாயைகளுக்கு எதிரான உண்மையான ஆறுதல், நன்றி, பயன் போன்றவற்றைப் பெற விரும்புவார். ஆனால் அத்தகைய உண்மைகள் என்று எதுவும் இல்லை. தத்துவம் என்பது இந்த மீவியற்பியல் சாத்தியங்களுக்கு நேரெதிராக மற்றவற்றை நிறுத்தலாம். (உண்மையற்றவைகளும் கூட). ஒருவரின் மனதிலும், மூளையிலும் இந்த உண்மைகளை நிலைநிறுத்தி, ஆன்மிக, மீவியற்பியல் கொள்கைகளைப் பொய்யென்று நம்பினாலும், மனிதன் பரிணாம வளர்ச்சியினால் மென்மையாகவும், எளிதில் பாதிக்கக்கூடிய, உணர்ச்சிகரமாக ஆனதால், அவனுக்கு மிகச் சிறந்த இளைப்பாறுதலும், மன ஆறுதலும் தேவைப்படுகிறது என்பதே மிகப் பெரிய துயரமாகும். இந்த நிலையில் இருந்து, உண்மையின் வழியே அல்லது மாயையின் ஊடே பார்ப்பதால் ஒருவர் மெதுவாக இறந்துவிடலாம் என்பதே இதிலிருக்கும் ஆபத்தாகும்.

பைரன், தன்னுடைய இறவா வார்த்தைகளில் கூறுவது இது:

> 'துயரமே அறிவு: அதிகம் தெரிந்தவர்களே
> உண்மையின் மரணத்திற்கு ஆழமாக வருந்துவார்கள்,
> அறிவின் ஆலமரம், வாழ்வினுடையது அல்ல.'

இத்தகைய வருத்தங்களுக்கிடையே ஹோரஸின் வார்த்தைகள் (மிகவும் இருள் சூழ்ந்த நேரங்களிலும், சூரியன் ஆன்மாவை மறைக்கும்போதும்) பாதுகாப்பாக இருக்கின்றன.

> 'உன் ஆன்மாவைப் பயனில்லாமல் பார்த்துக் கொண்டு
> தேய்ந்து போய்க் கொண்டிருக்கும் மனிதனே,

நாம் ஏன் கவலையின்றி இந்த பைன் மரத்தின் கீழேயோ, அத்தி மரத்தின் பரந்த கிளையின் கீழேயோ, மகிழ்வாக நமது வைன்னை அருந்தக் கூடாது?’

எப்படி இருந்தாலும், விளையாட்டுத்தனமோ, கடினமான இதயமோ, அது கிறிஸ்தவத்தை நோக்கிச் செலுத்தும் காதல் தோல்விகளையும், போரில் இருந்து ஓடுவது போன்றவற்றில் இருந்து மேலானது; ஏனென்றால் அப்போது ஒருவரது அறிவுத்திறனை முற்றிலுமாக இழந்து சரணடைய வேண்டி இருக்காது. இந்தத் துயரங்கள் வலியைத் தரத்தான் செய்யும், ஆனால் வலி இல்லாமல் ஒருவர் மனிதக் குலத்தின் வழிகாட்டியாகவும் தலைவராகவும் முடியாது. அறிவின் இந்தத் தூய்மையான சத்தியம் இல்லாதவர்கள் ஐயோ என்றே போவார்கள்.

மதங்களின் உண்மை

அறிவின் தாக்கம் அதிகமான நாள்களில் மதங்களின் முக்கியத்துவம் பற்றிச் சரியான அளவில் சொல்லப்படவில்லை என்பதில் எந்தச் சந்தேகமும் இல்லை. அந்தத் தாக்கத்திற்கு எதிர்விளைவு நிகழ்ந்தபோது, நீதியின் பெயரால் மதங்களுக்கான முக்கியத்துவம் அளவுகடந்து சென்று, அன்பு மட்டுமன்றி, மதங்கள் மிகவும் ஆழமானதாகவும், உலக அறிவை எல்லாம் கொண்டவை என்றும், அறிவியல் தனது பிடிவாதத்தைச் சற்றுத் தளர்த்திக் கொண்டால், இந்த உண்மையை அதன் ஆதார ரூபத்தில் பார்க்க முடியும் என்றும் சொல்லப்பட்டது.

நவீன காலத்தின் அறிவியல் எப்படிப் பண்டைய உண்மைகளை நோக்கிச் செல்கிறதோ, அப்படியே மதங்களும் (இதுவே அறிவு இயக்கங்களின் எதிரிகள் அனைவரின் விருப்பமும்) மக்களின் புரிதலுடன், ஆதி உண்மைகளை நோக்கி நகரவேண்டும். எனவே இப்படியான மனிதனின் ஆதி அறிவிற்கும், அதன்பின் கண்டறியப்பட்ட அனைத்து அறிவிற்கும் இடையே ஒற்றுமை மட்டுமல்லாது, அவற்றின் கருத்துகளும் ஒன்றாக இருக்கின்றன. அறிவின் முன்னேற்றம் (அப்படி இருப்பதாக ஒத்துக் கொண்டால்) அதன் இயற்கையைப் பொறுத்து இல்லாமல், அதன் பரப்புதலைப் பொறுத்து இருக்கிறது. அறிவியலையும் மதத்தையும் பொறுத்த இந்தக் கருதுகோள் மொத்தமும் தவறானது. ஸ்கோபன்ஹவர் இதைத் தனதாக எடுத்துக்கொண்டு, தனது பேச்சு, எழுத்து வன்மையால் இதை முன் வைக்காமல்

இருந்தால், யாரும் இதைச் சீந்தி இருக்கமாட்டார்கள். அதன் வன்மையே, ஒரு தலைமுறை கழிந்த பின்னும், இன்னமும் இந்தக் கருதுகோளை முன்னே வைத்திருக்கிறது. ஸ்கோபன்ஹவரின் ஆன்மிக, ஒழுக்க மனிதனும், பிரபஞ்ச அசரீரியும் இன்னமும் நாம் கிறிஸ்துவ மதத்தையும், மற்ற மதங்களையும் புரிந்துகொள்ள உதவும். ஆனால் அறிவை பெறுவதில் மதங்களுக்கு இருந்த முக்கியத்துவம் பற்றி அவர் தவறிழைத்து விட்டார். இதில் அவர் மட்டுமல்ல, இன்னொரு அறிவியல் ஆசிரியரின் அடிமைத்தனமான மாணவரும், அறிவொளி இயக்கத்தின் ஆன்மாவைத் தாக்கி இருந்தார். அவர் நமது காலத்தில் பிறந்திருந்தால் மதங்களின் ஆன்மிக உண்மைகளைப் பற்றிப் பேசியிருக்கவே மாட்டார். மாறாக, உண்மைக்கு நீதி வழங்கும் விதமாக இப்படிச் சொல்லியிருப்பார்.

எந்த மதமும், எப்போதும், நேராகவோ, மறைமுகமாகவோ, அறிவியல் தன்மையோடோ, பூடகமாகவோ, எந்த உண்மையையும் கொண்டிருந்ததில்லை. ஏனென்றால் எல்லா மதங்களும் பயத்தினாலோ, தேவையினாலோ, பகுத்தறிவின் தவற்றின் மூலமாகவே உருவாகி இருக்கின்றன. அறிவியலிடம் இருந்து ஆபத்தை உணர்ந்தபோதெல்லாம், மதங்களை நம்புபவர்களை முன்னிட்டு, அவை ஏதோ தத்துவ விசாரணையைத் தங்கள் கருத்தியலுடன் இணைத்துக்கொண்டன. எப்போது மதங்கள் தங்கள் உண்மையைச் சந்தேகப்பட ஆரம்பித்தனவோ, அப்போதே இந்த இறையியல் கலை தொடங்கிவிட்டது. அறிவார்ந்த யுகத்தின் மதமான கிறிஸ்துவத்திலேயே இது மிகவும் அதிகமாக இருக்கிறது. இந்த மதத்திலேயே இறையியல் கலையின் உச்சம், தத்துவ விசாரணைகளுடன், உருவகமான உணர்வு போன்ற மூடநம்பிக்கைகளுக்கு இட்டுச் சென்றுள்ளது. அதிலும் தத்துவவாதிகளும் (குறிப்பாக அரைகுறை தத்துவவாதிகள், கவிதையாகப் பேசும் தத்துவவாதிகள் மற்றும் தத்துவம் பேசும் கலைஞர்கள்.)

இந்த உணர்வுகள் எல்லாம் மனிதக் குலத்தின் அடிப்படை உணர்வுகள் போலவும், எனவே அவர்களது தத்துவ முறைகளில், ஆன்மிக உணர்வுகளுக்கு அதிகமான முக்கியத்தைத் தந்துவிடுகின்றனர். இவர்கள் பரம்பரையான தத்துவப் பழக்கங்களைக் கொண்டோ, மீவியற்பியல் தேவைகளைக் கருத்தில் கொண்டோ சிந்திப்பதால், குழந்தைகள் எப்படி அவர்கள் அன்னையைப் போல

இருக்கிறார்களோ, அதுபோலவே இவர்களது முடிவுகளும் கிறிஸ்தவ, யூத, இந்திய ஆன்மிகச் சிந்தனைகளை ஒத்து இருக்கின்றன; ஆனால் இந்த இடத்தில் இவர்களின் தந்தை யார், யார் தாய் என்பதில் சந்தேகம்கொண்டு, அவர்கள் தங்களது அறியாமையினால், அறிவியலும் மதங்களும் ஒன்றாக இருப்பதாகக் கற்பனை செய்துகொள்கின்றனர். உண்மையில், அறிவியலுக்கும், மதங்களுக்கும் எந்த உறவோ, நட்போ, பகையும்கூட இருந்ததில்லை; அவை இயங்கும் தளங்கள் வேறுவேறு.

தன்னுடைய தெளிவில்லாத இடங்களில் ஆன்மிக வெளிச்சத்தைச் செலுத்தும் எந்தத் தத்துவமும், தான் உபயோகப்படுத்தும் அறிவியலையும் சேர்த்துச் சந்தேகத்துக்குள்ளாக்குகிறது. அனைத்துமே, அறிவியலின் வேடத்தில் இருக்கும் ஆன்மிகமாகவே இருக்கவேண்டும். சில ஆன்மிக உண்மைகளை (உதாரணமாகக் கடவுளின் இருப்பு) அனைவரும் ஒத்துக்கொண்டதாக எடுத்துக் கொண்டாலும், இந்த ஓர் உண்மையே, ஆன்மிக உண்மையை (கடவுளின் இருப்பு) எதிர்த்த வாதங்களுக்கு வலுசேர்க்கிறது. அனைவரின் ஒருமித்த ஒப்புதல் என்பது அபத்தமாகவே இருக்கலாம். கீழே காணும் கோதேவின் (Goethe) வரிகளில் இருக்கும் உண்மையைத் தவிர, எந்த அறிவார்ந்த கருத்தும் இல்லை எனலாம்.

> ‘எல்லாக் காலத்தின் எல்லா அறிவாளிகளும்
> சிரித்து, கண்ணடித்து, ஒத்துக் கொள்வார்கள்.
> முட்டாளின் வெற்று தலை அனைத்தையும் அறிந்து,
> சுதந்திரமாக இருப்பது வரை காத்திருப்பது
> முட்டாள்தனம் என்று.
>
> எனவே அறிவின் குழந்தைகள் முட்டாள்கள்
> எப்போதும் பள்ளிகளுக்குத்
> தேவையானவர்கள் அல்ல என்பதைத்
> தெரிந்துகொள்ள வேண்டும்.’

எந்தக் கவிதையும் இல்லாமல் சொல்லவேண்டும் என்றால், அனைவரும் ஒத்துக்கொள்வது என்னவென்றால், ஒருமித்த ஒப்புதல் எப்போதும் அபத்தமாகவே இருக்கும்.

ஆன்மிக வழிபாட்டின் தொடக்கம்

ஆன்மிக வாழ்வு மிகவும் செழித்திருந்த காலத்திற்கு நாம் இப்போது செல்வோம். அப்போது இருந்த ஒரு நம்பிக்கை

நம்மிடம் இப்போது இல்லை. இந்த நம்பிக்கையை இழந்ததால் மட்டுமே, நாம் இப்போது ஆன்மிக வாழ்வின் கதவை இருக்கச் சாத்திவிட்டோம். இந்த நம்பிக்கை இயற்கையையும், அதனுடனான நமது தொடர்பையும் பற்றியது. அப்போது, இயற்கையின் விதிகளை யாரும் அறிந்திருக்கவில்லை. பூமிக்கோ வானிற்கோ அவை இருக்கவேண்டிய அவசியம் இல்லை. பருவக்காலமோ, சூரிய வெளிச்சமோ, மழையோ எப்போது வேண்டும் என்றாலும் வரலாம், எவ்வளவு நேரம் என்றாலும் இருக்கலாம். அனைவருக்கும் இயற்கையின் காரணர்த்தம் குறித்தான தேவை இருந்தது.

மனிதன் ஒருவன் துடுப்பு போடும்போது, துடுப்புப் படகை நகர்த்துவதாக நினைப்பதில்லை; மாறாகத் துடுப்பு போடுவது ஒரு சடங்கெனவும், ஏதோ ஒரு வெளி சக்தி படகை நகர்த்துவதாகவும் நினைத்தார்கள். எல்லா நோய்களும், இறப்பு உள்பட, மாய உலகின் காரணங்களாகவே பார்க்கப்பட்டது. இறப்பிலும் நோய்களிலும் எதுவும் இயற்கையாக இல்லை. 'இயற்கை வழி' என்பதன் தேவை உணரப்பட்டது. மனிதக் குலத்தின் பிற்பகுதியில், பண்டைய கிரேக்கர்களிடையே, கடவுள்களின் மீதும் விதி (மொய்ரா) செலுத்தும் ஆதிக்கம் என்ற கோட்பாடு வருகிறது. யாரும் வில்லை வளைத்து அம்பை விடும்போதும், கிணறுகள் திடீரென்று வற்றிப் போகும்போதும், நம்மைத் தாண்டிய ஒரு சக்தி அவற்றின் விதியை நிர்ணயிக்கிறது. மனிதன் சட்டென்று மரணிக்கும்போது, அது கண்ணுக்குப் புலப்படாத கடவுளின் ஊசியாகவே இருக்கவேண்டும்.

இந்தியாவில் (லூப்போ கூற்றின்படி) தச்சர்கள் தங்களது சுத்தியலையும், கோடாரியையும் வணங்குகிறார்கள். பிராமணர் தான் எழுதும் எழுதுகோலை வணங்குகிறார். போர் வீரர் தான் களத்திற்கு எடுத்துச் செல்லும் ஆயுதத்தையும், மேஸ்திரி தனது கரணையையும், வேலையாள் ஏர்முனையையும் வணங்குகிறார்கள். ஆன்மிக மக்களைப் பொறுத்தவரை, இயற்கை என்பது சுதந்திரமான, நினைவோடு இருப்பவர்கள் செய்யும் எல்லாக் காரியங்களின் மொத்தமாக, தன்னிச்சையான செயல்களின் பெரும் தொகுப்பாக இருக்கிறது. எனவே நமது வெளியே நடக்கும் எல்லாவற்றிலும் இப்படித்தான் நடக்கும் அல்லது இப்படிப்பட்ட விளைவு ஏற்படவேண்டும் என்றோ எந்த முடிவும் தெரிவதில்லை. நம்மைப் பொறுத்தவரை, மனிதன் விதிகளுக்கு உட்பட்டவன்; இயற்கை விதிகளுக்கு

அப்பாற்பட்டது. கடுமையான, மதங்களைத் தோற்றுவித்த, முதல் நாகரிகங்களைத் தோற்றுவித்த அடிப்படை விதி இதுவேயாகும்.

நவீன நாகரிகத்தின் மக்களாகிய நாம், இதற்கு நேர்மாறாக நம்புகிறோம்: தன்னுள்ளே செழிப்பாகவும் இசையை ரசிப்பவனாகவும் ஆன்மாவை உணர்பவனாகவும் இருக்கும்போது அவனுக்கு இயற்கையின் ஒத்திசைவான நிலை அவனை ஈர்க்கிறது. கோத்தேவை போலவே நாமும் ஆன்மாவின் இளைப்பாறுதலுக்கு இருக்கும் இயற்கையைத் தெரிந்துகொள்கிறோம். நாம் இளைப்பாறுவதற்கு மணியடிக்கக் காத்திருக்கும் கடிகாரத்தைப் பார்த்துக்கொண்டே இருக்கிறோம்; நமது அமைதிக்காக இயற்கையின் ஒத்திசைவை நேசிக்கிறோம். அதிலிருந்தே நாம் நமக்காக வாழ்வை அனுபவிக்க ஆரம்பிக்கிறோம். முன்பு, இதற்கு நேர்மாறாக இருந்தது. முதல் நாகரிக காலங்களுக்கு நாம் சென்று பார்த்தோம் அல்லது இன்றைய பழங்குடிகளைப் பார்த்தோம் என்றால் அவர்கள் எல்லாம் பாரம்பரியம் மற்றும் விதிகளை மிகவும் மதிக்கிறார்கள். அங்கே மனிதன் விதிகளுக்குத் தன்னிச்சையாகக் கட்டுப்பட்டவனாக, கடிகாரத்தின் ஊசலைப் போலச் சீராக நடக்கிறான். அவனுக்கு இயற்கை என்பது புரியாத, பயம் தரும், மர்மமான இயற்கை.

சுதந்திர வாழ்வின் தோற்றமாகவும் தன்னிச்சையாகச் செயல்களைச் செய்யும் இடமாகவும் மனிதனுக்கு உயர்ந்த நிலையைத் தருவதாகவும், மேலான சக்தியாகவும் கடவுளாகவும் இருக்கிறது. அத்தகைய நிலையில் இருக்கும் எந்தத் தனி மனிதனும் அவனது இருப்பும், மகிழ்ச்சியும், அவனது குடும்பத்தின் இருப்பும், மகிழ்ச்சியும், நாடும், ஒவ்வொரு முயற்சியின் வெற்றியோ, தோல்வியோ இயற்கையின் கையிலேயே இருப்பதாக நம்புவான். குறிப்பிட்ட நேரத்தில் சில இயற்கை நிகழ்வுகள் நடக்கவும், வேறு நேரங்களில் நடக்காமலும் இருக்கவேண்டும். ‘இந்தப் பயங்கரமான இயற்கையை எப்படிக் கட்டுப்படுத்துவது? அதை எப்படி அடக்கி வைப்பது?’ என்று அவனே கேள்வியும் கேட்டு, வருத்தமும் படுகிறான். தன்னைப் போலவே இயற்கையையும் பாரம்பரியத்திற்கும், விதிகளுக்கும் கட்டுப்பட வைப்பது. இத்தகைய மூட நம்பிக்கையும், மந்திரத்தால் மயங்கிய மனிதன், இயற்கையின் மீது எப்படித் தன்னுடைய விதிகளைச் சுமத்துவது என்று யோசிக்கிறான்; அதன் முடிவாகவே ஆன்மிக வழிபாடு தொடங்குகிறது.

ஒவ்வொரு மனிதனின் பிரச்சினையும் இத்துடன் வெகுவாகத் தொடர்புடையது. எளிய மனிதன் எப்படி வலிமையான இயற்கையை விதிகளுக்குக் கட்டுப்பட வைப்பது, அதன் செயல்களைக் கட்டுப்படுத்துவது, எப்படிக் கைக்குள் கொண்டுவருவது என்பதை முதலில் யோசித்து, யாரையும் தன்னுடைய கட்டுக்குள் கொண்டுவருவது என்பது தெரிந்துகொள்கிறான். வேண்டிக்கொண்டும், வணங்கியும், தன்னைத் தாழ்த்திக்கொள்வதன் மூலம், பரிசுகள் வழங்கியும், பரிகாரங்கள் செய்தும் பாராட்டியும், இயற்கையின் மீது சிறிதளவு தன்னுடைய வழியில்கொண்டு முயல்கிறான். அன்பு கட்டுப்படுத்தும் கட்டியும் போடும். இப்போது இருபுறமும் ஒரு மாதிரியாக ஒப்பந்தம் பேசப்பட்டு, எப்படி நடப்பது என்று முடிவு செய்யப்பட்டு, சத்தியங்கள் செய்யப்பட்டு, யாருக்கு அதிகாரம் என்பவை முடிவு செய்யப்படுகிறது.

இன்னமும் அதிகமாக மந்திரங்களும், உச்சாடனங்களும் செய்து கட்டுப்படுத்த முயல்கிறான். எப்படி மந்திரவாதிகளை வைத்துப் பயமுறுத்தி மற்றவரைத் தனக்கு அடங்க வைக்க முடியுமோ, எப்படிக் காதல் பானம் தூரத்தில் இருந்தே வேலை செய்யுமோ அதுபோலவே இயற்கையையும் தன்னுடைய கட்டுக்குள் கொண்டு வரமுடியும் என்று எளிய மனிதன் நம்புகிறான். யாரை மயக்க வேண்டுமோ அவரது முடி, நகம், அவனது உணவு, அவனது படம் அல்லது அவனது பெயரைக்கொண்டே உச்சாடனம் செய்து வசியப்படுத்த முடியும். அப்படியான முறையில், மந்திரத்தின் மூலம், ஆன்மிகமாக இருக்கும் ஒன்றை அமானுஷ்யமாக மாற்ற முடிகிறது. இந்த அமானுஷ்யத்தைக்கொண்டு அவன் ஆவியைக் கட்டுப்படுத்தி, காயப்படுத்தி, அழிக்கவும் முடிகிறது. எனவே அமானுஷ்யத்தைக்கொண்டு அவன் ஆன்மிகத்தைக் கட்டுக்குள் கொண்டுவர முடியும் என்று தெரிந்துகொள்கிறான். மனிதன் மனிதக் குலத்தை எப்படிக் கட்டுக்குள் கொண்டு வருகிறானோ, அது போலவே இயற்கையையும் கட்டுக்குள் கொண்டு வர முடியும் என்று நினைக்கிறான். இயற்கையிலும் அமானுஷ்யக் குணங்கள் இருப்பதால் இப்படியாக நினைக்கிறான்.

விதையில் இருந்து மரம் வளர்கிறது: முதலில் சிறியதாக இருக்கும் மரத்தின் ஆவி, அதன் வளர்ச்சியோடு பெரிதாக ஆகிறது: ஆனால் இரண்டும் ஒன்றே. திடீரென்று ஒரு கல் உருள்கிறது. அந்த உடலில் இருக்கும் ஆவி நகர்கிறது. பெரிய

பொட்டல் காட்டில் பெரிய பாறை ஒன்று இருந்தால், அது அங்கே எப்படி வந்திருக்க முடியும்?

வேறு ஒரு சக்தி அதை அங்கே கொண்டு வந்திருக்க வாய்ப்பில்லை. பாறை அதுவாகவே அங்கு வந்திருக்க முடியும். அதாவது அதன் ஆவி அதைக்கொண்டு வந்திருக்கக்கூடும். எதற்கெல்லாம் ஓர் உடல் இருக்கிறதோ, அதை மந்திரத்தால் கட்டுப்படுத்த முடியும். இயற்கைக்கும் இது பொருந்தும். இதில் கடவுள் எங்கேனும் சம்பந்தப்பட்டிருந்தால், அவரின் மீதும் (பரிகாரங்கள், சாட்டையடிகள், சங்கிலியால் கட்டுவது போன்று) ஒரு விதமாக ஆதிக்கம் செலுத்த முடியும். சீனாவில் இருக்கும் ஏழை மக்கள், கடவுளின் படத்தைக் கயிற்றினால் கட்டி வைத்திருக்கின்றனர். அவரது தயவு தங்களைவிட்டுச் செல்லாமல் இருக்கவே இதைச் செய்கின்றனர். அவர் தங்களைக் கைவிட்டதாக நினைக்கும்போது, அவரது படத்தைக் கிழித்து, அதைச் சாணியில் முக்கி, சாக்கடையில் எறிந்து 'நாங்கள் உனக்கு அழகிய கோயில் கட்டி, அழகாக அலங்கரித்து நன்றாகப் படைத்து, உணவும் படைத்தால், எவ்வளவு நன்றியில்லாமல் இருக்கிறாய்' என்று கத்துகின்றனர். கத்தோலிக்க நாடுகளிலும், கொள்ளை நோய்களின்போதும், வறட்சியின்போதும் கடவுள் தனது கடமையில் இருந்து தவறியதாக, கடவுளின் அன்னைக்கும், புனிதர்களின் படங்களின்மீதும் மக்கள் தங்கள் கோபத்தைக் காட்டுகின்றனர்.

இதுபோன்ற இயற்கையுடனான மந்திரத்தினால் ஆன உறவுகள் மிகவும் குழப்பமாக மாறும்போது, அவற்றை முறைப்படுத்தி, இயற்கையின் வழியில் தங்களுக்கு ஏற்ற வழியில் நடக்க (பருவகாலங்கள் சரியாக வர) என்ன விதமான பூஜைகளும், சடங்குகளும் செய்யவேண்டுமோ, அவ்வாறே செய்கின்றனர். ஆன்மிக வழிபாட்டின் நோக்கமே மனிதனுக்கு அனுகூலமாக இயற்கையை மாற்றுவதே. அதன்மூலம் தங்களின் கட்டுக்குள் கொண்டு வர முயன்றனர். ஆனால், இன்றைய மனிதனோ இயற்கையின் விதிகளுக்குக் கட்டுப்பட்டுத் தன் வாழ்வை வழிநடத்த, அமைத்துக்கொள்கிறான். சுருக்கமாக, ஆன்மிக வழிபாடு என்பது மனிதர்களுக்கு இடையே மந்திரத்தின் சக்தியைக்கொண்டும், மந்திரவாதி, போன்றவர்களைக் கொண்டும் இருக்கிறது. ஆனால் அது மேலும் உயர்ந்த கருதுகோள்களையும் கொண்டுள்ளது.

மனிதர்களுக்கு இடையே நல்ல உறவைக் கொண்டு வரவும், நன்றி, வழிபாடு, அன்பு, எதிரிகள் இடையே நல்லுறவு, சொத்துகளைப் பாதுகாப்பது போன்றவற்றிற்கும் இவை உதவுகிறது. கீழான நாகரிகங்களிலும் மனிதன் இயற்கைக்கு அடிமையாகவோ, இயற்கைக்கு முழுமையான சேவகனாகவோ இருப்பதில்லை. கிரேக்க ஒலிம்பியன் கடவுள்களின் தோற்றத்தில் நாம் அவர்கள் இரண்டு சாதிகளாக இருப்பதாய் பார்க்கலாம். ஒன்று உயர்ந்த, சக்திவாய்ந்த கடவுள்கள். இன்னொன்று கீழான, சக்தி குறைந்த கடவுள்கள். ஆனால் இருவரும் ஒரே இடத்தில் தோன்றியதன் பொருட்டும், ஒரே இனமாக, கடவுள்களாகக் கருதப்படுகின்றனர். அவர்கள் தங்களுக்குள் அவமானப்படப் போவதில்லை. கிரேக்க மதத்தின் முக்கியமான வித்தியாசம் இதுவே.

பண்டைய பலிகளைப் பற்றிய யோசனை

மோசமான, ஏன் ஆபாசமான விஷயங்களும் மத உணர்வுகளோடு இணைவதால் நாம் எவ்வளவு உணர்வுகளை இழந்திருக்கிறோம்! இத்தகைய உணர்வுக் கலவையின் சாத்தியம் என்பது இனி இல்லை என்பதை உணர்ந்து வருகிறோம். டிமிடர் மற்றும் டியோனிஸோஸ் (Demeter and Dionysos), கிறிஸ்தவ ஈஸ்டர் பண்டிகை மற்றும் ஏனைய ஆன்மிக மர்மங்கள் எல்லாம் இத்தகைய கலவைகள் என்பதை நாம் வரலாற்றின் மூலமே பார்க்கிறோம். ஆனால் நாம் இன்னமும் உயர்ந்ததை ஏளனத்துக்குரியதுடனும், உணர்ச்சிகரமானதை அபத்தத்துடனும் சேர்த்தே பார்க்கிறோம். ஒருவேளை பிற்காலத்தில் நம்மால் இந்தச் சேர்க்கைகளைப் புரிந்துகொள்ள முடியும்.

கிறிஸ்துவம் என்னும் தொன்மை

ஞாயிற்றுக்கிழமை காலை தேவாலயத்தில் மணி அடிக்கும்போது, நாம் நம்மைக் கேட்டுக்கொள்கிறோம். இது சாத்தியமா இவை எல்லாம் இரண்டாயிரம் ஆண்டுகளுக்குமுன் சிலுவையில் அறையப்பட்ட, தன்னைக் கடவுளின் மகன் என்று சொல்லிக் கொண்ட யூதருக்காகவா?

இதற்கான எந்த ஆதாரமும்கூட இல்லை. பழைய காலத்தில் இருந்து நமது காலத்திற்குள் நீளும் தொன்மையாகக் கிறிஸ்தவ மதம் இருக்கிறது. அதனாலேயே அதன் சொற்கள் அனைத்தும் உண்மையாக நம்பப்படுகிறது. ஆனாலும் இவற்றை ஆராய்ச்சியில் ஈடுபடுத்தும்

மனிதர்களும் இருக்கிறார்கள். மனிதப் பெண்ணிடம் இருந்து குழந்தையைப் பெற்றெடுக்கும் கடவுள், இனி வேலை ஏதும் இல்லை என்றும், இனி நியாயம் வழங்கத் தேவையில்லை ஆனால் உலகம் அழியப்போகும் நாளை எதிர்நோக்கி இருக்கவேண்டும் என்றும் கூறும் சாமியார்கள். குற்றம் புரிந்தவர்களின் இடத்தில் எந்தத் தவறும் செய்யாதவர்களைத் தண்டனையைத் தியாகமாக ஏற்கச் செய்யும் நியாயப் பரிபாலனம். தனது சீடர்களைத் தனது ரத்தத்தைக் குடிக்கச் சொல்லும் குரு. அற்புதங்களுக்கான வேண்டுதல்கள். கடவுளுக்கு எதிரான பாவங்களை ஈடு செய்யக் கடவுளிடமே வரச் சொல்லுவது. மரணத்தின் வழியே செல்லக்கூடிய இன்னொரு உலகம். சிலுவையின் நோக்கத்தையோ, அவமானத்தையோ தெரியாத உலகில் சின்னமாகச் சிலுவையில் தொங்கும் கடவுள். முந்தைய தொன்மையான காலத்தின் மிச்சங்களாக எவ்வளவு வேகமாக இவை நம் முன்னே செல்கின்றன! இன்னமும் இவை போன்றவை நம்பப்படுகின்றது என்பதை நம்ப முடியுமா?

கிறிஸ்துவத்தின் அ-கிரேக்கம்

கிரேக்கர்கள் தங்களது ஹோமரிய கடவுள்களைத் தங்களுக்கு மேலானவர்களாகவோ, யூதர்களைப் போலத் தங்களுக்குக் கீழான வேலையாளாகவோ நினைக்கவில்லை. கண்ணாடியில் தெரியும் தங்கள் இனத்தின் பூரணமான நபர்களாகவே அவர்களைப் பார்த்தார்கள். அவர்கள் இயற்கையை மறுதலிக்காத முழுமையான மனிதர்கள் மட்டுமே. எனவே அவர்கள் இடையே ஓர் உறவு, அதனால் அவர்களிடையே பரஸ்பர நன்மை, அதுவே அவர்களின் ஒப்பந்தம். மனிதன் இதுபோன்ற கடவுள்களிடம் தன்னை ஒப்புவிக்கும்போது, தன்னைப் பற்றி மேலாக எண்ணுகிறான். கடவுளுடன் அவனது உறவு, கீழ்நிலை பிரபுக்களுக்கு மேல் நிலை பிரபுக்களுடன் இருக்கும் உறவைப்போல இருக்கிறது. ஆனால் இத்தாலிய இனமோ மோசமான மதத்தைத் தொடர்கிறார்கள். அவர்களின் மோசமும், விளையாட்டுத்தனமுமான சக்தியினாலும், ஆன்மாவைத் தொந்தரவு செய்வதினாலும் எப்போதும் நமக்குக் கவலை ஏற்படுத்துவதாக இருக்கிறது.

ஒலிம்பியன் கடவுள்கள் எங்கெல்லாம் மறைந்து போனார்களோ, அங்கெல்லாம் கிரேக்க வாழ்வு வருத்தமாகவும், குழப்பமாகவும் மாறிவிட்டது. இன்னொரு

புறத்தில், கிறிஸ்துவமோ மனிதத்தை முழுவதுமாக அழுத்தி, சீரழித்து, சேற்றில் முழுவதுமாக அமிழ்த்திவிட்டது: இந்த முழுவதுமான தன்னிலை சீரழிந்த நிலையில், அவனுக்குக் கடவுளின் அருள் ஒரு நொடி முன்னே தெரிகிறது: அதைக் காணும் நொடியில் அவன் அதிர்ச்சியடைந்து, ஆச்சரியத்துடன் மகிழ்ச்சியாகக் குரல் கொடுத்து, ஒரு நொடி அவனுக்குச் சொர்க்கமே தெரிந்தது போல இருக்கிறது. இந்த உணர்வுக் குவியலின் நடுவே, மனதும் அறிவும் அழிந்த நிலையில் கிறிஸ்துவம் அதன் எல்லா உளவியல் விளைவுகளையும் பெற்றுவிடுகிறது. அது அழிக்கவும், அவமானப்படுத்தவும், ஆச்சரியப்படுத்தவும், மதியை மயக்கவும், ஜொலி ஜொலிக்கவும் விரும்புகிறது. அது விரும்பாதது ஒன்றே ஒன்றுதான்: அளக்கவும், தரம் நிர்ணயிக்கவும் மட்டுமே. எனவே, அதன் மோசமான நிலையில் அது காட்டுமிராண்டித்தனமாக, மோசமானதாக, அ-கிரேக்கத்தனத்துடன் இருக்கிறது.

ஏதோ நோக்கத்திற்காக ஆன்மிகமாக இருப்பது

சில புத்திசாலித்தனமான, நல்லொழுக்கமுள்ள மனிதர்களுக்கு, ஆன்மிகம் என்பது மனிதக் குலத்தின் உடையின்மீது வரையப்பட்டுள்ள அழகான கோடாகும். இவர்கள் ஆன்மிகவாதிகளாக இருப்பதே சிறந்தது: அதுவே அவர்களுக்கு அழகு சேர்க்கிறது. நாவையோ, எழுதுகோலையோ தங்களது ஆயுதமாகப் பயன்படுத்தத் தெரியாதவர்கள் அடிமைகளாகவே இருப்பார்கள்: அவர்களுக்குக் கிறிஸ்துவ மதம் உபயோகமாக இருக்கும். அவர்களுக்கு அடிமைத்தனம் என்பது கிறிஸ்தவ ஒழுக்கமாக அவர்களை அலங்கரிக்கிறது. தங்களது வாழ்வு வெறுமையாகவும், எந்த வண்ணமும் இல்லாமல் இருக்கும் மக்களுக்கு ஆன்மிகவாதிகளாக இருக்கிறார்கள். இது புரிந்துகொள்ளக் கூடியதும், மன்னிக்கக்கூடியதும் ஆகும். ஆனால் அவர்கள் மற்றவர்களை, வெறுமையற்ற வண்ணமயமான மக்களையும் ஆன்மிகவாதிகளாக மாறச் சொல்வதற்கு எந்த உரிமையும் இல்லை.

தினப்பாடக் கிறிஸ்தவன்

பழிவாங்கும் கடவுள், எல்லாவற்றிலும் பாவங்கள், கருணையின் வாய்ப்பு, நித்தியத் தண்டனையின் ஆபத்து போன்ற கிறிஸ்தவக் கூற்றுகள் உண்மையாக இருப்பின், அதன் துறவியாகவோ, சீடனாகவோ, சாமியாராகவோ

இருந்து தன்னுடைய ரட்சிப்பை நோக்கி உழைக்காமல் இருப்பது ஒருவரின் குணமும், மனமும் வலிமையில்லாமல் இருப்பதைக் காட்டுகிறது. ஒருவருடைய நித்திய நலனை, தற்காலிக நலனிற்காக இழப்பது அறிவற்றதாக இருக்கிறது. இந்தக் கருத்துகள் எல்லாம் உண்மை என்று நம்பப்படும் என்றால், தினமும் கிறிஸ்துவன் ஒரு பரிதாபத்துக்குரிய பிறவியாக இருக்கிறான். மூன்றுவரை எண்ணவும் தெரியாத; அறிவின் அளவு குறைவாக இருக்கும் அவன், கிறிஸ்தவம் கூறும் அளவிற்குக் கடுமையாகத் தண்டிக்கப்படவேண்டியவன் அல்ல.

கிறிஸ்துவத்தின் புத்திசாலித்தனம்

மனிதனின் தகுதியின்மை, பாவச்செயல்கள், அவனின் கீழான நிலை போன்றவற்றை அழுத்திச் சொல்வதால், அவனால் தன்னுடைய சக மனிதர்களை எந்த விதத்திலும் கண்டனத்துடன் பார்க்க இயலாமல் செய்தது கிறிஸ்துவத்தின் மிகவும் புத்திசாலித்தனமான செய்கையாகும். ‘அவன் எப்படி வேண்டுமென்றாலும் பாவம் செய்யட்டும். அவனும் என்னிடம் இருந்து மாறுபட்டவன் இல்லை. நான்தான் எல்லா விதத்திலும் தகுதியில்லாதவன், கண்டனத்திற்கு உரியவன்.’ என்று கிறிஸ்தவன் தனக்குத் தானே சொல்லிக்கொள்கிறான். கிறிஸ்தவன் தன்னுடைய தகுதியின்மையையும் முழுமையாக நம்பவில்லை என்பதால், இந்த உணர்வும் முழுமையாக இருப்பதில்லை. எனவே அவன் பொதுவான மனித அறிவில் குறைவாக இருப்பதால், எல்லோரும் ஒன்றுபோலவே என்று கூறி சிறிது மன ஆறுதல் பெற்றுக்கொள்கிறான்.

தனிப்பட்ட மாற்றம்

மதம் ஆள ஆரம்பித்தவுடன், அதன் முதல் சீடர்களே அதற்கு எதிரிகளாகி விடுகிறார்கள்.

கிறிஸ்துவத்தின் விதி

மனதை இலகுவாக்குவதற்காகவே கிறிஸ்தவம் தோன்றியது. ஆனால் முதலில் மனதை கனமாக்கிவிட்டு, பின்னரே இலகுவாக்குகிறது. எனவே கிறிஸ்தவம் இறுதியில் வீழ்ந்துவிடும்.

இன்பத்தின் சாட்சியம்

எல்லோரும் ஒத்துக்கொள்ளும் கருத்தே உண்மையென ஒத்துக்கொள்ளப்படுகிறது. எல்லா மதங்களும்

பெருமைப்படும் இன்பத்தின் சாட்சியம் இதுவே (திருச்சபை இதையே வலிமையின் சாட்சி என்கிறது.) ஆனால் இதற்காக அவர்கள் வெட்கப்படவேண்டும். ஆசீர்வாதமாக நம்பிக்கை இல்லை என்றால் அதை யாரும் நம்பமாட்டார்கள். அப்போது அதற்குச் சிறிது மதிப்பு இருக்கும்!

ஆபத்தான விளையாட்டு

யாரெல்லாம் உணர்வுகளை அனுமதிக்கிறார்களோ, அவர்கள் அதை வளரச் செய்யவும்வேண்டும். அவனால் வேறெதுவும் செய்ய முடியாது. அவனுடைய மனமும் குணமும் சிறிது சிறிதாக மாறுகிறது. ஆன்மிக உணர்வு அதன் சம்பந்தமான உறவுகளையும் சொந்தங்களையும் கொண்டு வருகிறது. அவனுடைய உணர்வுகளும், முழுவதுமான சீர்தூக்கும் அறிவும், ஆன்மிகத்தின் நிழலால் போர்த்தப்படுகிறது. உணர்வுகளும் அப்படியே நிற்கமுடியாது. ஒருவர் எப்போதும் எச்சரிக்கையாக இருக்கவேண்டும்.

குருட்டுச் சீடன்

ஒருவர் தன்னுடைய நம்பிக்கைகள், கலை, மதம் சம்பந்தமான வலிமைகளையும், பலவீனங்களையும் தெரிந்து வைத்திருக்கும்வரை, அதன் வலிமை குறைவாகவே இருக்கும். தன் நம்பிக்கைகளின், மதத்தின் பலவீனங்களை அறியாத சீடர்கள், அவர்களது குருவினால் ஈர்க்கப்படுவதால் அவர்கள் குருவை வழிபடுவது, அதன் காரணத்தினாலேயே, குருவைவிட அதிகச் சக்தி கொண்டவர்களாக இருக்கிறார்கள். குருட்டுத்தனமான சீடர்களின் ஆதிக்கம் இல்லாமல், மனிதனும், அவனது வேலைகளும் எப்போதும் பெரியதாக ஆகமுடியாது. அறிவிற்கு வெற்றி என்பது பெரும்பாலும் முட்டாள்தனத்துடன் கூட்டு வைத்துக்கொள்வதே. இதில் முட்டாள்தனத்தின் முரட்டுத்தனமான வேகம் அறிவை வெற்றி கொண்டுவிடுகிறது.

திருச்சபைகளை உடைத்தல்

கட்டுப்படுத்தும் அளவிற்கு உலகில் மதங்களின் எண்ணிக்கை அதிகமாக இல்லை.

மனிதனின் பாவமில்லாத்தன்மை

பாவம் உலகிற்கு வந்தது எப்படி என்பதை நாம் புரிந்துகொள்ள, அது மனிதர்கள் தங்களுக்கு இடையே பழகி, அதன்மூலம் தங்களைத் தீயவர்களாகவும்,

கெட்ட எண்ணம் கொண்டவர்களாகவும் எண்ணிக் கொண்ட அறிவின் தவறுகளால்வருகிறது. ஒருவர் தனது உணர்வுகளைச் சற்று ஆறப்போட்டால், உலகம் எந்தத் தீமையும் இல்லாததாகத் தோன்றி, ஒருவரது இயற்கையான நிலையில் எல்லாம் நல்ல நிலையில் தோன்றுகிறது. மனிதன் இயற்கையின் நடுவே, ஒரு குழந்தை அதன் விளையாட்டுப் பொருட்களுடன் இருப்பதைப்போல இருக்கிறான். குழந்தை மிகவும் மோசமான கனவொன்றைக் காண்கிறது. ஆனால், அது கண்களைத் திறக்கும்போது சொர்க்கத்தின் நடுவில் இருப்பதை உணர்கிறது.

கலைஞர்களின் சமயப்பற்றின்மை

ஹோமர் தனது கதைகளில் கடவுள்களிடம் கொண்டிருந்த அன்பான உறவையும், கவிஞராக அவர் அவர்களைப் பற்றி எழுதிய ஆழமான கருத்துகளும், அவர் மதங்களைப் புறக்கணிப்பவராகவே இருக்கவேண்டும் என்று தெரிகிறது. (பரவலாக இருந்த நம்பிக்கையை, சராசரியான, பண்படாத, சில நேரங்களில் வெறுக்கும் மூடநம்பிக்கைகள்) அவர் களிமண்ணில் வேலை செய்யும் சிற்பியைப்போல இருந்தார். அதுபோலவே அரிஸ்டோபானேசும், அஸ்ச்சிலூசும் (Æschylus and Aristophanes) பிற்காலத்தில் அறிவொளி நாள்களின் பெரும் கலைஞர்களும், ஷேக்ஸ்பியரும், கோதேயும் தங்கள் ஓவியங்களை அதே சுதந்திரத்துடன் வரைந்தார்கள்.

கலையும், பொய் விளக்கத்தின் வலிமையும்

புனிதர்களின் காட்சிகள், பயங்கள், சோர்வும், பிற மகிழ்ச்சிகளும் அவருக்கு இருக்கும் நோயின் அறிகுறிகளே. ஆனால் அவரது மனதின் ஆழத்தில் இருக்கும் ஆன்மிக, உளவியல் நம்பிக்கைகளின் மாயையினால் அவற்றை நோயின் அறிகுறி என்றல்லாது, வேறாகக் கூறுகிறார்கள். அது போலவே சாக்ரடீஸ் கூறிய பேய் என்பதும் இன்று நாம் அறிவு என்று கூறுவதில் இருந்து வேறுபட்ட அவரது தார்மீகக் கருதுகோள்கள் மூலம் அவர் விளக்கியவற்றைக் கேட்டதன் குறைபாடாகும். அப்படியே தீர்க்கதரிசிகளும் சொல்பவர்களும் பேசும் வெறிகொண்ட பேச்சுகளும், இதில் இருந்து மாறுபட்டது அல்ல. அவற்றை விளக்குபவர்களின் மனதிலும் அறிவிலும் இருந்து அறிவும், கற்பனையும், ஒழுக்கமும் மட்டுமே அந்தப் பேச்சுக்களை மாற்றியவை. எனவே, நாம் உலகில் அறிவாளிகள் என்றும் புனிதர்கள்

என்றும் போற்றுபவர்களின் பெருமையை விளக்குபவர்கள், அதிர்ஷ்டவசமாக, அவர்கள் சொல்வதைச் சிறிதும் புரிந்து கொள்ளாதவர்களாக இருக்கிறார்கள்.

பித்தை போற்றுதல்

மிகுந்த உணர்ச்சியின் வேகத்தில், அறிவுத் தெளிவாக இருக்கும் என்றும், அதன் மூலம் அதிர்ஷ்டகரமான வார்த்தைகளைக் கேட்கலாம் என்றும் நம்பப்பட்டதால், உச்சமான உணர்ச்சிகள் மிகவும் நல்ல வார்த்தைகளை வெளிக்கொணரும் என முடிவு செய்யப்பட்டது. எனவேதான், மிகவும் வெறி பிடித்த மனிதர், துறவி என்றும், எதிர்காலத்தைக் கணிப்பவர் என்றும் நம்பப்பட்டது. ஒரு தவறான முடிவே இதற்கெல்லாம் காரணம்.

அறிவின் சத்தியங்கள்

நவீன அறிவியல் மிகவும் குறைவான வழியில், நீண்ட ஆயுளைப் பெறுவதை நோக்கமாகக் கொண்டுள்ளது. எனவே மதங்கள் நம்பிக்கை தருவதன் அளவிற்கு இல்லை என்றாலும், இதுவும் ஒரு விதத்தில் நித்திய ஆசிர்வாதமாகும்.

தடுக்கப்பட்ட தாராளம்

தற்பெருமைகொண்ட மனிதர்களின்மீது செலுத்தும் அளவிற்கு உலகில் அன்பும், நல்லவையும் இல்லை.

மனதில் ஆன்மிகப் பயிற்சி பிழைத்திருத்தல்

கத்தோலிக்கத் திருச்சபையும், அதன் முந்தைய பண்டைய கல்வியும் மனிதன் சில அசாதாரண மனநிலையை அடையவும், தன்னுடைய சுயநலத்தை எண்ணி செயல்களைச் செய்வதையும், அமைதியாக, அறிவுடன் சித்திப்பதையும் தங்களது கட்டுப்பாட்டில் வைத்திருந்தது. சாமியார்களிடமிருந்து சோகமான, சாதாரண, கட்டுப்படுத்தும் அறிவுரைகள், அவர்கள் தங்களது கட்டுப்பாடுகளைத் தங்களது திருச்சபை உறுப்பினர்களிடமும் கடத்துவதும், எப்போதும் அற்புதம் ஒன்று நிகழப்போவதாக அதற்குத் தயார்படுத்தவும் என்று தேவாலயம் எப்போதும் ஆழமான நிலையிலேயே இருக்கிறது. கடவுளின் வீடாக இருக்கும் மிகப்பெரிய ஆலயங்களும் அவற்றின் ஒவ்வொரு நிழலான ஓரங்களிலும் பயத்தினை உண்டாக்கும் சக்தி, மனிதர்களின் கருத்துகள் எல்லாம் அழிந்துவிட்டால், மனிதர்களின் நிலை குறைவதை யார் குறை சொல்வார்கள்?

ஆனால் இவற்றின் முடிவுகள் வீணாகப் போவதில்லை. மனிதனின் உள்ளே இருக்கும் உணர்ச்சிவசமான, எப்போதும் வருந்தும், தீர்க்கதரிசனம் செய்யும், நம்பிக்கை தரும் உலகம், பயிற்சியின் மூலமே இருக்கிறது. அவனது ஆன்மாவில் இருப்பது, முன்பே அவனது மனதில் விதையை விழுந்து, வளர்ந்து, ஒழுக்கத்துடன் மலர்ந்தது.

மதத்தின் பின் விளைவுகள்

ஒருவர் தான் மதத்தில் இருந்து முழுவதுமாக விலகிவிட்டதாக நினைத்தாலும், ஆன்மிக உணர்வுகள் உள்ள இடங்களிலும் அறிவானவை இல்லாதவற்றின் முன்னும் (இசை போல) மகிழ்ச்சியாக இருப்பதைத் தவிர்க்க முடியாது. மீவியற்பியல் நம்பிக்கைகளின் உண்மை குறித்து ஒரு தத்துவம் கூறினாலும், அதன்மூலம் ஆன்மாவின் அமைதியை அடையமுடியும் என்றாலும், 'ரபேலின் மடோனா ஓவியத்தில் அனைத்து வேதங்களின் உண்மையும்' இருக்கும் என்று கூறினாலும், நாம் அவற்றைச் சிரிப்புடன் கேட்டுக்கொள்கிறோம். இதைத் தத்துவவாதி எளிதாகக் காட்டுகிறார். அவர் எதையும் ஏற்றுக்கொள்ளும் இதயத்தைச் சந்தோஷமாகவே தருகிறார். இத்தகைய வாதங்களுடன் சுதந்திர மனிதன் மோதினாலும், ஆன்மிக உணர்வுகளின் மாயத்தில் அவன் தன்னைக் கொடுத்துவிடுகிறான். இப்படி இழப்பதும் அவர்களுக்கு வருத்தம் தருவதே.

இந்தத் தேவையினால் அறிவியல் தத்துவங்கள் கவனமாகவே இருக்கவேண்டும். தர்க்கவியலாளர்கள்கூட நெறிமுறைகளிலும் கலையிலும் சத்தியத்தின் மதிப்பீடுகள் பற்றிப் பேசுகிறார்கள் (உதாரணமாக விஷயங்களின் சாராம்சம் ஒற்றுமை என்ற கருத்தை முன்வைத்தல்.) கவனமாகக் கண்ட உண்மைகளுக்கும், முன்கூட்டியே தெரிந்திருக்கும் பொருட்களுக்கும் இடையே இருக்கும் வித்தியாசம், அறிவின் முடிவுகளுக்கும், தேவைகளுக்கும் இருக்கும் வித்தியாசம். பசியாக இருப்பதாலேயே அங்கு உணவும் இருக்கிறது என்று அர்த்தமல்ல. பசி உணவைத் தேடுகிறது. முன்கூட்டிய உணர்வு என்பதே அந்தப் பொருள் ஏற்கெனவே அனைவர்க்கும் தெரிந்திருக்கவேண்டியதில்லை. அதை விரும்பிய அல்லது பயந்த அளவிற்கு அதன் தேவை இருக்கிறது என்பதே பொருள். முன்கூட்டிய உணர்வு என்பதே நிச்சயமான ஒன்றல்ல. தன்னிச்சையாகத் தத்துவத்தின் ஆன்மிகப் பக்கங்கள் மற்றவற்றைவிட நன்றாக இருப்பதாக நம்பப்படுகிறது, ஆனால் அதன் கீழே இருப்பதோ

நேர்மாறானது. அப்படி இருக்கவேண்டும் என்பது விருப்பமாக இருக்கலாம், அது அழகுபடுத்தும் பொருளும் உண்மையாக இருக்கலாம். இதனாலேயே நாம் மோசமான செய்திகளையும் நல்லது என்று நம்புகிறோம்.

ரட்சிப்பை நாடும் கிறிஸ்துவன்

ரட்சிப்பு தேவை என்னும் கிறிஸ்துவ ஆன்மாவைப் பற்றிக் கவனமாகப் பரிசீலித்து, அதுகுறித்துச் சரியான விளக்கம் ஒன்றை நாம் யோசிக்கவேண்டும். அப்படிப்பட்ட விளக்கமும் எந்தக் கதைகளும் இல்லாமல், முழுக்கவே உளவியல் சம்பந்தப்பட்டதாக இருக்கவேண்டும். ஆன்மிகச் செயல்களுக்கும் முறைகளுக்கும் கொடுக்கப்படும் உளவியல் விளக்கங்கள் (எந்தப் பயனும் இல்லாமல் இறையியல் என்று கூறும் அளவிற்கு) மிகவும் கெட்டபெயருடன் இருக்கிறது. அதனை உருவாக்கிய ஸ்செளிர்-மச்சேர் (Schleier-macher) அவர்களின் முக்கியமான நோக்கமே கிறிஸ்தவ மதத்தைக் காப்பதும், கிறிஸ்தவ இறையியல் விளக்கத்தைக் காப்பாற்றுவதுமாக இருக்கிறது. ஆன்மிக உண்மைகளை உளவியல் ஆய்விற்கு உட்படுத்துவதால் ஒரு புதிய நங்கூரமும், ஒரு புதிய விளக்கமும் கிடைக்கிறது.

இதுபோன்ற முன்னோடிகளைத் தவிர்த்து, நாம் கீழ்க்கண்ட விளக்கத்தைத் தருகிறோம். பொதுவான வாழ்வில் நம் நடைமுறைகளில் சில செயல்கள் ஆழமாகப் பதிந்திருக்கிறது. மனிதனின் உள்ளே அவற்றை மாற்றவும் முடியாதபடி செயல்களைச் செய்வதே அவனுக்கு விதிக்கப்பட்டிருப்பதாக உணர்கிறான். வேறு சில செயல்களையும் இதுபோன்று மிகவும் சிறந்த; உயர்ந்த செயல்களுடன் சேர்க்க எவ்வளவு விரும்புவான் அவன்! தன்னலமற்ற நோக்கத்தைப் பின்பற்றும் நல்லவிதமான மனநிலையை அவன் எவ்வளவு சந்தோஷமாக இருப்பான்! துரதிர்ஷ்டவசமாக அவனது ஏக்கம் இதைத் தாண்டிச் செல்வதில்லை. இவ்வாறு செய்யவிட்டால் அவனுக்கு ஏற்படும் அதிருப்தியுடன், அவனுடைய வாழ்வின் தீய செயல்கள் என்று சொல்லப்படுபவற்றின் மூலமும் ஏற்படும் மற்ற அதிருப்திகளையும் சேர்த்துக் கொள்ளும். எனவே அவனுக்கு ஏற்படும் மனச்சோர்வை அகற்ற அவன் மருத்துவரை நாட வேண்டியிருக்கிறது.

மனிதன் அவனை மற்றவர்களுடன் சேர்ந்து ஒப்பிட்டால், இந்த நிலை மிகவும் கசப்பாக இருக்காது. அப்படிச்

செய்தான் என்றால், தன்னுடைய நிலை, பிற மனிதர்களைப் போலவே, பொதுவான மனிதர்களின் அதிருப்தியும், முழுமையின்மையும் கொண்டதன் காரணமே என்பதை உணர்ந்திருப்பான். ஆனால் அவன் தன்னை உலகில் மிகவும் சுயநலமற்ற, எந்தவிதச் சுயநல நோக்கமும் இல்லாத ஒரே ஜீவனுடன், கடவுளுடன் ஒப்பிட்டுப் பார்க்கிறான். இந்தத் தெளிவான கண்ணாடியில் பார்ப்பதாலேயே அவன் மிகவும் துயரமும், ஏக்கமும் அடைகிறான். அதிலிருந்து, பழிவாங்கும் நியாயமான அந்தக் கடவுளைப் பற்றிய எண்ணமும் அவனுக்குப் பயத்தைத் தருகிறது. அதிலிருந்து, சிறிய, பெரிய செயல்களிலும் அவன் அந்தக் கடவுளின் கோபத்தையும் மிரட்டல்களையும் தன்னுடைய விலங்குகளையும் சிறையையும் சேர்த்தே பார்க்கிறான். நித்தியமாகக் கிடைக்கப்போகும் தண்டனையில் இருந்து, அவனது கற்பனையின் வேகத்தில் அவன்முன் தெரியும் பயங்கரங்களில் இருந்து அவனுக்கு என்ன உதவி கிடைக்கப்போகிறது?

மேலே சொன்னதுபோல, கிறிஸ்தவர்கள் அவர்களுடைய பொய்யான, அறிவியல் பூர்வமற்ற செயல்கள் மற்றும் உணர்வுகள் மூலம் தங்களைக் குறை சொல்லிக் கொண்டார்கள் என்றால், அவர்களே இந்தத் தற்குறைச் சொல்லுதல், மனசாட்சி குத்துதல் மற்றும் பொதுவான சோகம் முதலிய உணர்வுகள், ஆச்சரியப்படத்தக்க அளவில், சில நேரங்களில் அவர்களது ஆன்மாவில் இருப்பது தெரியாமல் பறந்துபோய், அவர்கள் சுதந்திரமாகவும், தைரியமாகவும் திரும்பவும் இருக்கிறார்கள். உண்மை என்னவென்றால், அவனுடைய உணர்வெழுச்சியின் சக்தி நேரம் செல்லச் செல்ல குறைந்துகொண்டே வந்து, அவனது இருத்தலின் மகிழ்ச்சி வெற்றியை உள்ளங்கையில் பெற்றுவிடுகிறது. மனிதன் தன்னைத்தானே மீண்டும் விரும்புகிறான். ஆனால் இந்தப் புதிய விரும்புதல், அவனது புதிய சுயமரியாதை அவனுக்கு நம்பமுடியாததாக இருக்கிறது. அவனால் அதில், அவன் சிறிதும் தகுதி பெறாத கருணையின் வெளிச்சம் அவன்மீது வீசுவது போல இருக்கிறது. அதற்கு முந்தைய நிகழ்வுகளில் அவன் வெறும் எச்சரிக்கைகளையும், மிரட்டல்களையும், தண்டனைகளையும் தெய்வத்தின் எல்லாவிதக் கோபங்களையும் கண்டிருந்தாலும், அவனது தற்போதைய அனுபவங்களைக் கடவுளின் கிருபையாகக் கருதுகிறான்.

முந்தைய அனுபவம் அவனுக்கு வழியைக் காண்பித்ததாகவும், பிந்தைய அனுபவம் முழுவதுமாக அன்பாகவும் இருப்பதால், அவனுடைய தற்போதைய மனநிலையில் இதை அவன் கடவுளின் நன்மையாகக் கருதுகிறான். முன்பு அவனது ஊக்கமின்றி இருந்த நடத்தையை எப்படிப் பொய்யாகப் புரிந்துகொண்டானோ, அப்படியே அவனது அனுபவங்களையும் தவறாகப் புரிந்துகொள்கிறான். அவனது இப்போதைய ஆறுதலான மனநிலையில் ஏதோ வெளிப்புறச் சக்தியின் விளைவாகக் கருதுகிறான். அவன் தன்னைத்தானே விரும்பும் அன்பை இப்போது கடவுளின் அன்பாகக் கருதுகிறான். அவன் கருணை என்றும், ரட்சிப்பு என்று சொல்வதும் உண்மையில் சுய கருணையும் சுய ரட்சிப்பாகவும் மட்டுமே இருக்கிறது. எனவே கிறிஸ்துவனாக இருக்கவும், ரட்சிப்பின் தேவையை உணரவும் நோக்கங்களையும், அனுபவங்களையும் ஒரு விதமாகப் புரிந்துகொள்ளும், ஒரு பொய்யான உளவியல் இருக்கவேண்டும். காரணமும், கற்பனையும் அலைவதைப் புரிந்துகொள்ளும் போது, அவன் கிறிஸ்துவனாக இருப்பது நின்றுவிடுகிறது.

கிறிஸ்தவத் துறவும் புனிதமும்

துறவையும், புனிதத்தையும் சில சிந்தனைவாதிகள் உயர்த்தி, அவற்றை அற்புதமான, குறிப்பிடத்தக்க விஷயமாக ஏற்றி வைத்திருப்பதால், அவற்றைப் பற்றி அறிவின் வழியே கேள்வி கேட்பது பொல்லாததாகவும் அவமதிக்கும் செயலாகவும் கருதப்படுகிறது. என்றாலும், அந்தப் பொல்லாத்தனத்தைச் செய்வதற்கான தூண்டுதல் அதிகமாகவே இருக்கிறது. இயற்கையின் உந்துதலால், காலத்திலும் இந்தத் தூண்டுதல் இருக்கிறது. எப்படி இருந்தாலும், அறிவியல், இயற்கையின் மாற்றாக, இத்தகைய விஷயங்களின் புரியாத குணத்தையும் வேற்றுலகிற்குரியதாக இருப்பதையும் சந்தேகப்பட அனுமதிக்கிறது. அறிவியலால் இவற்றை முழுவதுமாக விளக்க முடியவில்லை என்பதும் உண்மைதான். தார்மீக அற்புதங்களை விளக்குபவர்களுக்குத் திருப்தி தரும் வகையில், இவை விளக்கம் இன்றியே இருக்கின்றன.

பொதுவாகக் கூறினால், விளக்கம் இல்லாதது என்பது விளக்கமுடியாதது என்றும், விளக்கமுடியாதது என்பது இயற்கைக்கு அப்பாற்பட்டது; அற்புதமானது என்றும் எல்லா மதத்தைச் சேர்ந்தவர்களும், எல்லா மீவியற்பியலாளர்களும் (சிந்தனைவாதிகளான கலைஞர்களும்) கூறுகிறார்கள்.

அறிவியல் மனிதனும் இதைத் தீயக் கருத்தாகப் பார்க்கிறார். புனிதத்தன்மையும், துறவையும் பற்றி யோசிக்கும்போது, நாம் பார்க்கும் முதல் உண்மை என்பது அவற்றின் தன்மை மிகவும் சிக்கலானது. ஏனென்றால், எப்போதும் நமது பொருண்மை உலகின் உள்ளே இருக்கும் தார்மீக உலகில், அற்புதமானவை என்று கூறப்படுவதைச் சிக்கலான, புரிந்துகொள்ள முடியாத, பல காரணம் கொண்டவை என்று கூற முடியும். எனவே புனிதர்கள் மற்றும் துறவிகளின் சில தூண்டுதல்களைத் தனித்தனியாகப் பார்த்து அவற்றைச் செயற்கையான தோற்றமாகக் கருதலாம்.

தனக்கு எதிரான பிடிவாதம் என்று ஒன்று, அதன் சில உயர்ந்த நிலைகள் துறவில் உள்ளடக்கப்பட்டிருக்கிறது. சில மனிதர்கள் தங்களது அதிகாரத்தைச் செலுத்தவும், உள்ளுணர்வுகளை மேலாகக் கருதுவதால், அவர்களுக்கு அதைப் பிற பொருட்கள்மீது காட்ட முடியாத நிலை வரும்போது அவர்கள் அதைத் தங்களது இயற்கையான குணங்களின் மீதும், அவர்களது ஆளுமையின் மீதுமாக அவற்றைச் செலுத்துகிறார்கள். இப்படியே சிந்தனைவாதிகள் தங்களது பெருமைகளை அதிகரிக்கவோ, குறைக்காத சிந்தனைகளைக் கொண்டிருக்கின்றனர். பலரும் பிறரின்மீது காட்டவேண்டிய கண்டனத்தையும், அமைதியாக இல்லாமல், அவர்களின்மீது காட்டிக் கொள்கின்றனர். மற்றவர்களோ தங்கள் கருத்துகளையே மறுதலித்து, தங்களைச் சீரற்றவர்களாகக் காட்டுகின்றனர். சண்டித்தனம் செய்யும் குதிரையின்மீது சவாரி செய்ய விரும்புவதுபோல இவர்கள் இப்படி நடந்துகொள்ள விரும்புகிறார்கள்.

எனவே இவர்கள் ஆபத்தான பாதைகளின் வழியே உயரமான இடங்களுக்கு ஏறி, அவர்கள் தங்களுடைய பயத்தையும் நடுங்கும் உடலையும் கண்டு சிரிக்கிறார்கள். இவ்வாறு தத்துவஞானி சந்நியாசம், பணிவு, புனிதத்தன்மை ஆகியவற்றின் கோட்பாடுகளை ஏற்றுக்கொள்வார். அதன் வெளிச்சத்தில் அவரது சொந்த உருவம் அதன் மிக அருவருப்பான அம்சத்தில் தோன்றும். தன்னுடைய இன்மையை மறுப்பது, ஒருவரின் இயற்கையையே கண்டு சிரிப்பது, சுயவெறுப்பு போன்றவற்றை எல்லா மதங்களும் மிகவும் தற்பெருமையுடன் பேசிக்கொள்கின்றன. மலைப் பிரசங்கத்தை முழு நெறிமுறையும் இந்த வகையிலேயே வருகிறது. மிகைப்படுத்தப்பட்ட பாசாங்குத்தனமும், அதிகமான பயனாளர்களின் வழியே தன்னை வெற்றி

கொள்வதில் மனிதன் மிகவும் மகிழ்ச்சி கொள்கிறான். தனக்குள் இருப்பதைக் கொடுமையாக வெளியே எடுத்து, தன்னைக் கடவுளாகக் கருதுவதில் மனிதன் மகிழ்ச்சி கொள்கிறான். துறவிகளின் நெறிமுறைகள் ஒவ்வொரு பகுதியிலும், மனிதன் தன்னில் ஒரு பகுதியைக் கடவுளாக எண்ணி வணங்கவும், அதனால் தனது மற்றைய பாகங்களைச் சாத்தனாகவும் கருதுகிறான்.

மனிதன் எல்லா நேரங்களிலும், ஒரே அளவிலான ஒழுக்கத்துடன் இருப்பதில்லை. ஒருவருடைய ஒழுக்கம் உயர்ந்ததாகவும், சுயத்தை எதிர்க்கும் முடிவுகளோடும், தியாகங்களோடும் (அதையும் அவர் தொடர்ந்து வந்தால் புனிதத்தன்மை அடைகிறார்.) இருந்தால், அவர் மிகுந்த ஒழுக்கத்தைக் கொண்டவர் அல்லது ஒழுக்கக் குணம் கொண்டவர் என்பது இப்போது நம்பப்படுகிறது. ஒருவர்அமைதியாகவும், சாதாரணமாகவும் இருக்கும்போது, அவரால் சாத்தியம் என்று கருதப்படமுடியாத புதுமையான அகக்கிளர்ச்சிகளை, உணர்ச்சிப்பெருக்கில் அடைகிறார். இது எப்படி?

எல்லா உயர்ந்த, சிறந்த உணர்ச்சி நிலைகளின் நெருங்கிய உறவினால் இருக்கக்கூடும். மனிதன் உயர்ந்த உணர்ச்சி நிலையை அடையும்போது, அவன் பயங்கரமாகப் பழிவாங்கவோ அல்லது முற்றிலுமாகப் பழிவாங்கும் உணர்வை விட்டுவிடவோ முடியும். இந்த உயர்ந்த, சக்திவாய்ந்த; பெரும் உணர்வுகளின் வழியே அவன், தானே தியாகம் செய்வது என்பது இன்னொருவரைப் பலி கொடுப்பதை விடவும் அதிகமான திருப்தியைத் தரும் என்றோ, அதிகப் பலன் தரும் என்றோ நினைத்தால் அவன் அப்படியே செய்கிறான். அவனுக்கு முக்கியம் அவனது உணர்வுகளை வெளியிடவேண்டியது மட்டுமே. எனவே அவனுடைய உணர்ச்சிகளின் அழுத்தத்தில் இருந்து விடைபெற, அவனது எதிரியின் நெஞ்சில் இருக்கும் அம்புகளை எடுத்து தனது நெஞ்சில் குத்திக் கொள்கிறான்.

நீண்ட நாள்களான பழக்கங்களுக்குப் பிறகே, மனிதனுக்குத் தியாகம் செய்வது, பழி வாங்குவதைவிடப் பெரியது என்பது பழக்கமாகியிருக்கவேண்டும். தன்னைத் தியாகம் செய்யும் கடவுளே சக்தி வாய்ந்தவர், இத்தகைய உயர்ந்த தன்மைக்கு எடுத்துக்காட்டானவர். தன்னால் கைப்பற்றப்படுவதிலேயே மிகவும் கடினமான உணர்வை, கைப்பற்றுவதன் மூலமே மிகப்பெரும் தியாகம் தோன்றுகிறது. அதுவே ஒழுக்கத்தின்

உச்சியாகக் கருதப்படுகிறது. உண்மையில் என்ன நடக்கிறது என்றால், அலைகளின் மட்டத்தைப் போல, ஒரு கருத்து, இன்னொன்றிற்கு மாற்றாகக் கருதப்படுகிறது. அதுபோன்ற நிலையில் இருந்து வெளியே வரும்போதோ, உணர்ச்சிகளின் வேகம் மட்டுப்படும்போதோ மனிதர்களால் அந்த நேரங்களில் நடத்தவற்றின் தார்மீகத்தைப் புரிந்துகொள்ள முடிவதில்லை. ஆனால் அந்த நேரத்தின் அவனுடன் இருந்தவர்களின் பாராட்டுக்கள் அவனை மகிழ வைக்கிறது. அத்தகைய செயல்களின் வேகமும் புரிதலும் குறையும்போது, அவனது கர்வமே அவனுக்கு உதவியாக இருக்கிறது. எனவே இதுபோன்ற தியாகச் செயல்களின் அடிப்படை தார்மீகம் அல்ல, மற்றவர்களின் உணர்விற்கான மதிப்புக் கொடுத்தாலே. மாறாக மற்றவர்கள் அத்தகைய உயர்ந்த தியாக மனப்பான்மையின் மூலம் தன்னை ஒளிரச் செய்வதற்கான வாய்ப்பைக் கொடுக்கிறார்கள்.

துறவியும் வாழ்வை எளிதாக்கவே விரும்புகிறார். பிராமணர் எப்படித் தன்னுடைய வாழ்வில் அனைத்தையும் ஏதேனும் புனித நடைமுறையின்படியே வாழ்கிறாரோ அதுபோலவே எல்லாத் துறவிகளும், விதிகளும், சடங்குகளுமாகவும், வேறு யாராவதின் விருப்பத்தின் பேரிலும் வாழ்கிறார்கள். தன்னைத் தானே ஆள்வதற்கு இது மாதிரியான வாழ்வே சரியாகும். ஒருவருடைய தனிப்பட்ட விருப்பமோ, சுதந்திரமோ குறுக்கிடாமல், வாழ்வின் நேரம் முழுவதையும் ஆக்கிரமித்து ஒருவர் வாழலாம். அத்தகைய வாழ்வில், எந்தச் செயலுக்கும் பொறுப்பாக உணரவோ, எந்தவிதமான வருத்தமோ இருப்பதில்லை.

ஒருவர் தனது சுதந்திர சிந்தனையை முழுவதுமாகவே இழந்து விடுகிறார். இது அவ்வப்போது இழப்பதைவிட எளிதானது. அதுபோலவே ஆசைகளுக்குச் சிறிது சிறிதாக விட்டுக்கொடுப்பதைவிட, முழுவதுமாக விட்டுக் கொடுத்துவிடுவது எளிதானது. அதுபோலவே நாடுகளுடனான இன்றைய மனிதனின் உறவைப் பார்த்தால், முழுவதுமாக அடிபணிந்து இருப்பது, காரணத்துடன் அடிபணிவதிலும் எளிதாக இருக்கிறது. அதுபோலவே புனிதர்களும் தங்களுடைய வாழ்வின் ஆளுமை அனைத்தையும் முழுவதுமாகச் சரணாகதி செய்து விடுகிறார். அதைத் தார்மீக ஒழுக்கத்தின் நாயகத்தன்மையாகப் பார்ப்பது வெறும் மாயையே. தன்னுடைய ஆளுமையைக் குறைக்காமல், தயக்கமின்றி வெளிப்படுத்துவது என்பது ஒரே

அடியாக விட்டுக்கொடுத்து விடுவதைவிடக் கடினமானது. மேலும் அப்படியாக இருப்பதற்கு (விட்டுக் கொடுக்காமல்) மிகுந்த அறிவும், சிந்தனையும்வேண்டும்.

இவர்களுடைய பல புரிந்துகொள்ள முடியாத செயல்களிலும், வெறும் உணர்வுகளின் மூலம் பெறப்படும் மகிழ்ச்சியின் பல வடிவங்களைப் பார்த்த நான், இப்போது புனிதர்கள் தங்களைக் கண்டனம் செய்து, பல வடிவங்களில் தங்களைத் துன்புறுத்திக் கொள்வதில் (பட்டினியில் இருப்பது, கை, கால்களைக் கட்டிக் கொண்டு துன்பப்படுவது, பைத்தியங்கள் போல இருப்பது.) வாழ்வதில் அவர்களுக்கு இருக்கும் ஆர்வம் மிகவும் குறைந்து, அதை எதிர்கொள்ளும் மனதைக் கண்டறிந்து விட்டேனோ என்று நினைக்கிறேன். அவர்கள் மனதின் சகிப்புத்தன்மை மற்றும் இன்னொருவரின் விதிப்படி தங்கள் வாழ்வை வாழும் நிலையின் அலுப்பு மற்றும் அழுத்தத்தில் இருந்து சிறிது தப்பிக்கவே, தங்களை அவர்கள் இப்படியாகக் கடுமையாகத் துன்புறுத்திக் கொள்ளவேண்டும்.

துறவியும், புனிதர்களும் தங்களின் வாழ்வை வாழக்கூடியதாகச் செய்வதற்குச் செய்யும் பொதுவான செயல்கள், அவர்களது உள்மனத்தின் இயற்கையோடு நிகழ்த்தும் போராட்டத்தில் மாறிமாறி கிடைக்கும் வெற்றிகளும், தாழ்ச்சிகளும் மட்டுமே. இதற்காகவே அவர்களுக்கு ஒரு எதிரி தேவைப்படுகிறார். அந்த எதிரியை அவர்கள் 'உள்ளே இருக்கும் எதிரி' என்றழைக்கிறார்கள். அதாவது, இந்தப் புனிதர், தனது தற்பெருமை, ஆதிக்கம் மற்றும் கர்வம் போன்றவற்றையும், தனது மனதின் ஏக்கங்களின் மூலம், தனது வாழ்வை ஒரு போராகவும், தன்னையே போர்க்களமாகவும், அதில் தன்னுடைய நல்ல, கெட்ட குணங்கள் இடையேயான போரை வெற்றி, தோல்விகளோடு நடத்துவதாகவும் எண்ணிக்கொள்கிறார். பாலியல் உடலுறவு போதுமான அளவும், சீராகவும் இருக்கும்போது கற்பனை கட்டுக்குள் இருக்கும். அதுவே தவிர்க்கப்பட்டோ, சீரற்றோ இருந்தால் கற்பனை கட்டுக்கடங்காமல் செல்லும்.

கிறிஸ்தவப் புனிதர்கள் பலரின் கற்பனையும் ஆபாசமாகவே இருக்கிறது. பாலியல் இச்சை என்பது உண்மையில் சாத்தானின் வேலை என்று நம்பியதால், அவர்கள் இதற்குத் தாங்கள் பொறுப்பல்ல என்று நினைத்தார்கள். இந்த நம்பிக்கையினாலேயே நாம் அவர்கள் தங்களைப் பற்றித் தங்களுக்கு எதிராகக் கூறும் சாட்சியங்களைக்

கேட்கவேண்டும். இந்தப் போட்டியை எதோ ஒரு விதத்தில் உயிருடன் வைத்திருப்பது அவர்களுக்கு, அவர்களின் வெறுமையான வாழ்வில் இருந்து சிறிது கவனத்தைத் திருப்ப உதவியது. மற்றவர்களிடம் இந்தப் போட்டியை மிகவும் கடுமையானதாகக் காட்டிக்கொள்ளவும், அவர்களது பாராட்டுக்களைப் பெறவும் அவர்களுக்குப் பாலியல் இச்சைகளை மிகவும் தீயதாக, கண்டனம் தெரிவிக்க வேண்டி இருக்கிறது.

பாலியல் இச்சையுடன் நித்தியத் தண்டனை என்பது மிகவும் அருகே இருப்பதால், கிறிஸ்துவர்கள் அவர்களது குழந்தைகளை மனசாட்சியின் வருத்தத்தோடு பல காலமாகப் பார்த்துக்கொண்டிருந்தார்கள். இதனால் மனிதக் குலம் சந்தித்த தீமைகள்தான் எவ்வளவு! ஆனாலும் உண்மை தலைகீழாக இருக்கிறது. உண்மையை நோக்கிய ஓர் அசாதாரண அணுகுமுறை. கிறிஸ்துவம், மனிதன் பாவத்திலே உண்டாகி, பாவத்திலேயே பிறக்கிறான் என்று சொன்னது உண்மையே. கால்டெரோனின் விளக்கமான சகிக்கமுடியாத கிறிஸ்துவத்தில், இந்தச் சிந்தனை திசை திருப்பப்பட்டு, மிகவும் சிதைந்த முரண்பாடாக மாறி இருக்கிறது.

'மனிதனின் பெரிய பாவமே
மனிதனாகப் பிறப்பதுதான்.'

அவநம்பிக்கையை அடிப்படையாகக் கொண்ட எல்லா மதங்களிலும் இனப்பெருக்கம் என்பது பாவமான செயலாகப் பார்க்கப்படுகிறது. ஆனால் இது மனிதர்கள் அனைவரின் கருத்தும் கிடையாது. எல்லா அவநம்பிக்கைவாதிகளின் கருத்தும் இது கிடையாது. உதாரணமாக, எம்பெடிகிள்ஸ் (Empedocles) தனக்கு எதுவும் அவமானகரமானதாக, சாத்தானின் குணமாக, பாவமுள்ளதாக தெரியாது என்று கூறுகிறார். இந்த அநீதியின் பேரின்பத்தில் நடுவே இருக்கும் ஆரோக்கியமான, நம்பிக்கையின் நிகழ்வாக, அபிராட்டிட்டே (Aphrodite) என்னும் காதல் கடவுளாகப் பார்க்கிறார். எப்போதும் கலகமே நிகழாமல், சில சமயங்களில் ஒரு சாந்தமான கடவுளும் ஆள்வார் என்பதற்கு அவளே சாட்சியாகும். கிறிஸ்தவ அவநம்பிக்கைவாதிகள் இதற்கு நேரெதிரான நம்பிக்கையைக்கொண்டிருக்கிறார்கள். அவர்களின் தனிமையிலும், ஆன்மிகக் காட்டிலும் அவர்களுக்கு ஒரு பெரிய எதிரி தேவைப்படுகிறது. அந்த எதிரியை வெல்வது, ஏனைய சாதாரணர்களுக்குப்

புரியாததாகவும், புனிதர்கள் அசாதாரண மனிதர்களாகவும் தோன்றவேண்டும். ஒருவழியாக, வயதின் காரணமாகவோ, அவர்களது வாழ்க்கை நடைமுறையின் காரணமாகவோ, இந்தச் சிந்தனை அவர்களைவிட்டு வெளியே செல்லும்போது, அவர்களது உள்மனதை வேறு சாத்தான்களால் நிரப்புகின்றனர். ஆன்மாவின் அமைதியைத் தேடும் அவர்களது மூளைகளின் உற்சாகம் மற்றும் விரக்தியின் சமநிலை ஏறி இறங்கி மாறுகிறது. அந்தக் காலத்தில், உளவியல் மானுடமாக இருக்கும் அனைத்தையும் காயப்படுத்தியும், சிலுவையில் அறைந்தும் எல்லாவற்றின் மீதும் சந்தேகத்தை உண்டாக்குகிறது. மனிதன் தன்னுடைய ஆன்மாவின் நிலை குறித்துச் சந்தேகப்படுகிறான். அவனுடைய சக்தி குறித்தே அவனுக்குச் சந்தேகம் வருகிறது.

தீயவை என்றும் பாவம் என்றும் மனிதன் கருதும் இயற்கையான பொருட்கள் எல்லாம் (உதாரணமாக எல்லாப் பாலியல் உணர்வுகளும்) அவனது கற்பனையைக் காயப்படுத்துவதாகவும் அவமானகரமானதாகவும் தோன்ற வைத்து, அவன் மீதே போரை தொடுத்துக்கொண்டு, அவனை அவனே நம்பமுடியாத நிலை வந்துவிடுகிறது. அவனுடைய கனவுகளும் அவனது அசுத்தமான மனதின் வெளிப்பாடாக இருக்கிறது. ஆனால் இயற்கையான உணர்வுகளுக்காகவும், பொருட்களுக்குமாகவும் இருக்கும் இந்த வருத்தம் தேவையில்லாதது. இது அவை பற்றிய கருத்துகளின் விளைவே. தவிர்க்கமுடியாத இயற்கையைத் தீயதாகவும், தீயதில் இருந்து தோன்றியதாகவும் பார்ப்பதிலேயே மனிதன் தன்னிலை மாறி, இருப்பதிலும் மோசமாக மாறுகிறான். மனிதனைத் தீயவனாகவும் பாவமுள்ளவனாகவும், இயற்கையைச் சந்தேகத்துடன் பார்க்கவும், அவனையே நம்பாமல் தீயவன் என்று கருதவும் (அவனுடைய இயற்கையை மாற்ற முடியாததால்) வைத்ததே மதங்கள் மற்றும் மீவியற்பியலாளர்களின் சாதனையாகும்.

பல காலம் வாழ்ந்து, அவனுடைய பாவங்களின் அழுத்தம் அவன் மீது தாங்க முடியாமல்போக, அவனுக்கு அந்தப் பளுவை நீக்க இயற்கையைத் தாண்டிய சக்திகள் தேவைப்படுகிறது. இந்தத் தேவையில் இருந்தே அவனுக்கு ஆன்ம ரட்சிப்புத் தேவைப்படுகிறது. இந்தத் தேவை உண்மையல்லாத, கற்பனையான பாவச்செயல்களில் இருந்தே வருகிறது. கிறிஸ்துவத்தின் தார்மீக ஒழுக்கக் கோட்பாடுகளின் உள்ளே சென்று பார்த்தால்,

அவை மனிதனால் தொடரவும் முடியாத அளவில், கடுமையானதாக இருக்கும். அதன் நோக்கம் அவன் ஒழுக்கம் நிரம்பியவனாகவேண்டும் என்பதல்ல, அவன் பாவம் நிறைந்தவன் என்று உணரவேண்டும் என்பதே. இது மனிதனுக்கு ஒவ்வாத பாதை எனில், அவன் ஏன் அதைக் காலகாலமாகத் தொடர்ந்து கொண்டிருக்கவேண்டும்?

பண்டைய உலகில், அளவிடமுடியாத அறிவும், உழைப்பும் கொண்டாட்டமான வழிபாடுகளில் இருக்கும் மகிழ்ச்சியை அதிகரிக்கச் செலவிடப்பட்டது. கிறிஸ்துவத்தில் அதற்கு நேர்மாறாக, மனிதனைப் பாவப்பட்டவனாகச் சித்தரித்து, அதில் இருந்து அவன் உணர்ந்து, ஊக்கம் பெற்றிருக்க, உணர்ச்சியோடிருக்கச் செலவழிக்கப்பட்டது. (என்ன விலையானாலும் ஊக்கம் பெறவும் உணர்ச்சியோடிருக்கவும்) இது முற்றிய, வெகு நாகரிகமான, களைப்படைந்த காலத்தின் குரல் அல்லவா?

எல்லா இயற்கை உணர்வுகளும் பலமுறை தங்களது வட்டங்களை முடித்துவிட்டன. ஆன்மாவும் அலுப்படைந்துவிட்டது. இப்போது துறவிகளும், புனிதர்களும் ஒரு புதுவிதமான பரவசத்தைக் கண்டறிகிறார்கள். அவர்கள் மனிதர்களின் கண்ணின் முன்னே, அவர்கள் வாழும் வழியை மட்டுமன்றி, இந்த உலகிற்கும், அடுத்த உலகிற்குமான எல்லையை வரையறுக்கிறார்கள். எனவே ஒருவன் சொர்க்கத்தின் ஒரு பகுதியைப் பார்த்துக் கொண்டிருக்கிறோம் என்று நினைக்கும்போதே, இன்னொரு பக்கம் எலும்பும் பயமுறுத்தும் பயங்கரமான தீச்சுவாலைகளையும் பார்க்கிறான். துறவியின் கண்களோ, மனித வாழ்வின் அநித்தியத்தை எண்ணி, இறுதித் தீர்ப்பு நாளை எதிர்நோக்கி, நித்திய வாழ்வை வாழப் பார்த்திருக்கிறது. இந்த மெலிந்த உடலின் கண்கள் இப்படியாகத் தீர்க்கமாகப் பார்ப்பது, பண்டைய காலத்தில் மனிதர்களுக்கு, அவர்களது உள்ளத்தின் உள்ளே, நடுக்கத்தை உண்டாக்கியது. மைதானத்திலும் கிளாடியேட்டர் விளையாட்டுகளிலும் மூழ்கி இருந்த பண்டைய உலகிற்கு, இதைப் பார்ப்பதும் பார்த்து நடுங்குவதும் இந்தப் புதுவிதமான தோற்றத்தை வேடிக்கை பார்ப்பதும், ஆன்மா நடுங்கும்வரை அதை உற்றுப்பார்ப்பதும் மட்டுமே இறுதி மகிழ்ச்சியாக இருந்தது.

இதுவரை சொன்னது. புனிதரோ அல்லது எதிர்பார்க்கப்படும் புனிதரோ, அவர்களின் ஆன்மா என்பது நாம் அனைவரும்

அறிந்திருக்கும் கூறுகளின் கலவையாகும். வெறும் மதக் கருத்தியல்களைத் தவிர மற்ற தாக்கங்களின்கீழ் அவை, மதத்தோடு சேர்ந்து புனிதத்தன்மையும், எளிமையான வார்த்தைகளில், மிகவும் உயர்ந்ததாகக் கருதப்படுவதால், அவை போற்றுதலுக்கும், வழிபாட்டிற்கும் பொருந்துகின்றன. ஆதிக்கத்திற்கான உள் எழுச்சியுடன் சேர்ந்த கடுமையை, துறவி சீக்கிரமே தன்னை நோக்கித் திருப்பிக் கொள்கிறார். இது மிகவும் தனிமையில் இருப்பவருக்கும் அதிகாரத்தின் சக்தியைத் தருகிறது. முதலில் அவனுடைய வீங்கிய உணர்வுகள், அதன் வேட்கையைத் தடுக்கவும், பின்னர் அதுவே காட்டுக் குதிரைகளை அடக்குவதுபோல, அவற்றை அடக்கவும் முயல்கிறான்.

இதற்கு அவனுக்கு அவனது கர்வமான உள்மனத்தின் தன்னெழுச்சி தேவையாகும். அடுத்ததாக அவன் தனது எல்லாத் தொந்தரவு செய்யும் உணர்வுகளோடு, விழித்துக்கொண்டே தூக்கம், மரம், செடி, கொடி போன்ற நிலைக்குச் செல்ல முயல்கிறான். அடுத்து அவனுடைய சோர்வும் சலிப்பையும் மாற்ற அவனே போரை தேடி, அதையும் அவனுக்குள்ளேயே அனைத்து விடுகிறான். அவன் தன்னையே கடவுளாக்கும் முறையில், தன்னைக் கண்டனம் செய்துகொள்கிறான். அவன் தன்னுடைய ஆசைகளின் வேகத்தில், பாவத்தின் கூரான வலியில், தான் தொலைந்துவிட்டதாக எண்ணுவதில், அவன் மகிழ்வுறுகிறான். அவனுடைய உணர்வு வேட்கைகளை, உதாரணமாக ஆதிக்கம் செலுத்தும் ஆவலை, அதன் நேரெதிரான இழிவான அவமானம் மற்றும் அடிபணிதல் போன்றவற்றை நோக்கிச் செல்கிறான். இதன் வழியே அவனது ஆன்மா இந்த நேரெதிர் கருதுகோளில் செல்கிறது. இறுதியாக அவன் தனக்குக் காட்சிகள் தெரிவதாகவும், இறந்தவர்கள் அல்லது கடவுளிடம் பேசுவதாகச் சொல்வது, அவன் விரும்பும் ஒருவிதமான மனநிறைவுதான். எல்லா மனநிறைவுகளும் கலந்த கலவையான மனநிறைவு. புனிதத்தன்மையின் பிரதிநிதியுமான, நோவாலிஸ் (Novalis), அவரது அனுபவத்தைப் பேசும்போது உண்மையை உடைத்துவிடுகிறார். ‘மனநிறைவு, மதம் மற்றும் கொடூரத்தின் இடையே இருக்கும் பிணைப்பு மற்றும் அவற்றின் உள்ளே இருக்கும் உறவு மற்றும் பொதுவான நிலை பற்றி மனிதர்கள் நினைப்பது ஆச்சரியமானதே.’

துறவி யார் என்பது அல்ல, அவர் எப்படியாகப் பார்க்கப்படுகிறார் என்பதே அவரது வரலாற்று முக்கியத்தைக் காட்டுகிறது. துறவியை மதிக்கும் மாயை இருப்பதால், அவர்களை, அவரது ஆன்மாவை, தவறாகப் பார்ப்பதாகவும் அவரது ஆளுமை மனிதக் குலத்தில் இருந்து பிரிக்கப்பட்டு, இயற்கைக்கு அப்பாற்பட்டதாகவும் கருதப்படுகிறது. இதன்மூலம் அவர் அசாதாரணமான நிலையை அடைந்து, அதன் மூலம் நாடுகளின், காலங்களின் கற்பனையையும் அவர் திசை திருப்பினார். அவருக்கும், தன்னுடைய மனநிலை; உணர்வுகள் மற்றும் செயல்கள் போன்றவை விளக்கங்களுக்கு ஏற்ற செயற்கையாக இருப்பதை, வேதாகமத்தை அப்படியே இயந்திரத்தனமாகப் புரிந்து இருப்பதாகத் தெரிந்திருக்கிறார். ஆன்மிக வறுமை, குறைபாடுள்ள அறிவு, பாழடைந்த ஆரோக்கியம், நடுங்கும் நரம்புகள் என்று கலந்தும் சிதைந்தும் அவரது இயல்பில் இருப்பது, அவருக்கும் அவரைப் பார்ப்போருக்கும் மறைந்தே இருக்கிறது. அவர் நல்ல மனிதனோ, கெட்ட மனிதனோ இல்லை. ஆனாலும் அறிவிலும் குணத்திலும் அவர் மனிதர்களின் தரத்தில் அதிகமாகவே அவரிடம் இருக்கிறது என்று நம்புகிறார்கள். அவர் மீதான நம்பிக்கையே, கடவுளின், அற்புதங்களின் மீதான நம்பிக்கையை, வாழ்வில் மதங்களின் முக்கியத்தை, இறுதித் தீர்ப்பு நாளின் நம்பிக்கையை வைத்திருக்கிறது. பண்டைய உலகின் சூரியன் இறுதியாக அஸ்தமித்த நாள்களில், துறவிகள் பற்றிய நம்பிக்கை மகத்தான அளவை எட்டியது. எவ்வளவு அளவு என்றால், இன்றும் பல சிந்தனைவாதிகளும், கடவுளை நம்பவில்லை என்றாலும், துறவிகளை நம்புகின்றனர்.

மேலே நாம் குறிப்பிட்டிருக்கும் துறவிகளின் சித்திரத்திற்கு நேர்மாறாக இவர்களை மொத்த இனத்திற்கும் எடுத்துக்காட்டாக இன்னமும் நல்லமுறையில் சொல்ல முடியும் என்பது உண்மைதான். இவர்களிடையே உண்மை அன்புடனும், மனிதத்தன்மையுடனும் இருக்கும், மிகவும் ஆளுமையுடனான சில விதிவிலக்குகளும் இருக்கிறார்கள். மற்றவர்களைப் பொறுத்தவரை, அவர்களின் மாயை அவர்கள்மீது வீசும் ஒளி அவர்களைப் பற்றிய சில அறிதல்களைக் காட்டுகிறது. உதாரணமாகக் கிறிஸ்தவ மதத்தை உருவாக்கியவர், தன்னைக் கடவுளின் மகன் என்று நம்பிக் கொண்டிருந்தார். அதனாலேயே தன்னைப் பாவத்தில் இருந்து அப்பாற்பட்டவர் என்று நினைத்தார்.

அவரது கற்பனையை நாம் கடுமையாக விமர்சிக்கக்கூடாது. (பண்டைய நாள்களில் பல கடவுள்களின் மகன்கள் இருந்தார்கள்) இன்று ஒவ்வொரு தனிமனிதனும் அறிவியலின் மூலம் அடையக்கூடிய முழுப் பாவமில்லா நிலை; முழுப் பொறுப்பின்மை போன்றவற்றை அப்போதே அடைந்தார். இதுபோலவே நான் இந்தியாவின் துறவிகளை (அவர்கள் கிறிஸ்துவத் துறவிகளுக்கும், கிரேக்கத் தத்துவவாதிகளுக்கும் இடையில் இருக்கிறார்கள்.) பார்க்கிறேன். அறிவையும், அறிவியலையும், கற்றுக்கொண்ட ஒழுக்கத்தின் மூலம் பிற மனிதர்களைவிட உயர்வாக இருப்பதும் புனிதத்தன்மைக்குத் தேவை என்று புத்த மதத்தினர் நம்புகின்றனர். இவையே பாவங்களின் சின்னங்கள் என்று கிறிஸ்தவ உலகில் கண்டிக்கப்படுகிறது.

www.ingramcontent.com/pod-product-compliance
Lightning Source LLC
LaVergne TN
LVHW090419051026
849518LV00006B/2388